സി. വി. ബാലകൃഷ്ണൻ

കഥാകൃത്ത്, നോവലിസ്റ്റ്, തിരക്കഥാകൃത്ത്, വിവർത്തകൻ. പയ്യന്നൂരിനടുത്തുള്ള അന്നൂരിൽ ജനനം. വിദ്യാർത്ഥിയായിരിക്കുമ്പോൾത്തന്നെ എഴുതിത്തുടങ്ങി. ആയുസ്സിന്റെ പുസ്തകം, ദിശ, കാമമോഹിതം, അവനവന്റെ ആനന്ദം കണ്ടെത്താനുള്ള വഴികൾ, സിനിമയുടെ ഇടങ്ങൾ, പരൽമീൻ നീന്തുന്ന പാടം, ഏതേതോ സരണികളിൽ, പ്രണയകാലം, പരിമള പർവ്വതം, ലൈബ്രേറിയൻ, വാതിൽ തുറന്നിട്ട നഗരത്തിൽ, തഥ്യകൾ മിഥ്യകൾ, അന്യദേശകഥകൾ, പരേതൻ, സ്കോട്ടിഷ് ദിനരാത്രങ്ങൾ എന്നിങ്ങനെ വിവിധ ശാഖകളിലായി അറുപതിലേറെ കൃതികൾ. ആത്മാവിനു ശരിയെന്നു തോന്നുന്ന കാര്യങ്ങൾ (നോവൽ) കേരള സാഹിത്യ അക്കാദമി അവാർഡും (2000) വി.ടി. മെമ്മോറിയൽ അവാർഡും നേടി. ആത്മകഥയായ 'പരൽമീൻ നീന്തുന്ന പാടം' (2014) യാത്രാവിവരണമായ 'ഏതേതോ സരണികളിൽ' (2017) എന്നിവയ്ക്കും അക്കാദമി പുരസ്കാരങ്ങൾ. ദൃശ്യ മാധ്യമവുമായി സജീവ ബന്ധം പുലർത്തുന്നു. ആദ്യമായി കഥയും തിരക്കഥയുമെഴുതിയത് കെ. ജി. ജോർജ്ജിന്റെ 'മറ്റൊരാൾ' എന്ന ചിത്രത്തിന് (1987). തുടർന്ന് മലയാളത്തിലെ പല പ്രമുഖ സംവിധായകർക്കുമൊപ്പം പ്രവർത്തിച്ചു. 2013 ൽ സമഗ്രസംഭാവനയ്ക്ക് മുട്ടത്തുവർക്കി അവാർഡ്, 2014 ൽ പത്മപ്രഭ പുരസ്കാരം, 2018 ൽ മുണ്ടൂർ കൃഷ്ണൻകുട്ടി പുരസ്കാരം. 'സിനിമയുടെ ഇടങ്ങൾ'ക്ക് (ചലച്ചിത്രപഠനം) സംസ്ഥാന അവാർഡ് (2002). 'കൊച്ചു കൊച്ചു സന്തോഷങ്ങൾ'ക്ക് (സംവിധാനം : സത്യൻ അന്തിക്കാട്) മികച്ച കഥയ്ക്കുള്ള കേരള ഫിലിം ക്രിട്ടിക്സ് അസോസിയേഷൻ ബഹുമതി. 'ഓർമ്മ മാത്ര'ത്തിന് (സംവിധാനം : മധു കൈതപ്രം) മികച്ച തിരക്കഥയ്ക്കുള്ള കലാകേരളം പുരസ്കാരം.

Malayalam Language
Kanvettathu
(Articles)
by
C.V. Balakrishnan

♦

Published in August 2011
This Edition April 2023
by Kairali Books Private Limited
Thalikkavu Road, Kannur.
Ph : 0497 2761200
Email : kairalibooksknr@gmail.com

♦

Cover Design
Prasanth Mangad

♦

Printed at
Manipal Technologies Ltd.

Price ₹ : 200.00
ISBN 978-93-93397-61-4

കൺവെട്ടത്ത്

സി.വി.ബാലകൃഷ്ണൻ

കൈരളി ബുക്സ്

" Why are you dancing on the road ?"
"Because I'm happy."
"And why are you so happy ?"
"Because I'm dancing on the road."

Ruskin Bond

ഉള്ളടക്കം

വിളഞ്ഞ് കൊയ്യാറായ ഗോതമ്പുവയലുകൾ

ചൈനയിലെ നവസിനിമയെ പ്രതിനിധീകരിക്കുന്ന ഹെ പിംഗിന്റെ സമീപകാലചിത്രമായ 'മായ് ടിയാൻ' (Wheat : He Ping, 2009) ചരിത്രാവലംബിയാണ്. ചരിത്രപശ്ചാത്തലത്തിലുള്ള ഒരു ചലച്ചിത്രകൃതിയുടെ പ്രഥമസാധ്യത ചരിത്രവസ്തുതകളുടെ വിരസമായ പ്രതിപാദനമായി പരാജയപ്പെടുകയെന്നതും രണ്ടാമത്തേത്, വിപണിയുടെ സമ്മർദ്ദങ്ങൾക്കു കീഴ്പെട്ട് സംഭവിക്കാവുന്ന അപഭ്രംശവുമാണ്. രണ്ടു നിലയ്ക്കുമുള്ള ഉദാഹരണങ്ങൾക്ക് നമ്മുടെ ഭാഷയിലുൾപ്പെടെ ഒട്ടും പഞ്ഞമില്ല. 'മായ് ടിയാൻ' തുറന്നുകാട്ടുന്നത് മറ്റൊരു സാധ്യതയാണ്. ഒരു ചരിത്ര സന്ദർഭത്തിൽ പരാജയപ്പെടുന്ന ചിലരുടെ ദാരുണ കഥ പറഞ്ഞുകൊണ്ട് ഈ ചിത്രം ഗംഭീരമായി വിജയിക്കുന്നു. ഒപ്പം തന്നെ അകിരാ കുറോസാവയുടെ 'സെവൻ സമുറായ്' പോലുള്ള ചിത്രങ്ങളിലൂടെ ആവിഷ്കൃതമായ തികച്ചും പൗരസ്ത്യമെന്നു വിശേഷിപ്പിക്കാവുന്ന ആഖ്യാനശൈലി അതേ തീവ്രതയോടെ നിലനിൽക്കുന്നുവെന്നതിന്റെ മികച്ചനിദർശനമായും പ്രേക്ഷകരെ ബോധ്യപ്പെടുത്തുന്നു.

ഹെ പിംഗ്

സാവോ (Zhao), ക്വിൻ (Qin)എന്നിവ പരസ്പരം പോരടിക്കുന്ന വംശങ്ങൾ. അവ തമ്മിലുള്ള വിനാശകരമായ സംഘർഷത്തിനിടിലാണ് സാവോ നായകനായ ജ്ജൂ കോംഗ് ലാവണ്യവതിയായ ലീയെ ജീവിത സഖി യാക്കുന്നത്. ക്രിസ്തുവിനുമുമ്പ് 260-ാമാണ്ട്. ലൂയി പ്രവിശ്യ. ദുർമന്ത്ര വാദിനികളുടേയും മ്ലേച്ഛമായ വിഗ്രഹാരാധനയുടേയും കാലം. നവദമ്പതികൾ ആദ്യവേഴ്ചയുടെ നിർവൃതിയറിയും മുമ്പ്

കിൻപട സാവോയെ ആക്രമിക്കുകയാണെന്ന വിപൽസന്ദേശമെത്തുന്നു. ജ്ജ കോംഗ് തന്റെ രാജ്യത്തെ സംരക്ഷിക്കാൻ മുഴുവൻ പടയാളികളുമായി യുദ്ധത്തിന് പുറ പ്പെടുന്നു. പന്ത്രണ്ടുവയസ്സിനു മുകളിലുള്ള ആൺകുട്ടികളും പുരുഷൻമാരും യുദ്ധരംഗത്തേയ്ക്കു നീങ്ങിയതോടെ ദേശത്ത് സ്ത്രീകൾ മാത്രമായി. സന്ദർഭത്തിനൊത്തുയർന്ന് ലീ നവവധുവെങ്കിലും, ദേശത്തിന്റെ ഭരണമേ റ്റെടുക്കുന്നു. ഏകാന്തത കടിച്ചമർത്തി ഒരു ഭരണാധിപയുടെ ചുമതലകൾ ലീ നിറവേറ്റുമ്പോൾ ഗോതമ്പുപാടങ്ങൾ വിളയുകയായി. പാടങ്ങൾ കൊയ്യാറാവുമ്പോഴേയ്ക്കും യുദ്ധത്തിൽ വിജയിച്ച് തങ്ങളുടെ പുരുഷൻമാർ തിരിച്ചെത്തുമെന്ന് സ്ത്രീകൾ പ്രത്യാശിക്കുന്നു.

വിളഞ്ഞ് കാഞ്ചന പ്രഭയാർന്ന ഗോതമ്പുപാടങ്ങൾക്കു മുകളിലൂടെ സർവ്വദിഗ്ദർശകമായ ഒരു ദ്രുതചലനത്തിലൂടെയാണ് ഛായാഗ്രാഹകനായ സാവോ സിയാവോഷി (Zhao Xiaoshi) തന്റെ പങ്കാളിത്തം വിളിച്ചറിയി ക്കുന്നത്. തുടർന്നിങ്ങോട്ട് അങ്ങേയറ്റം മിഴിവുറ്റതാണ് ഓരോ ദൃശ്യവും. പരന്നു വിസ്തൃതമായ പ്രകൃതിയേയും ഇരുണ്ട് മൂകമായ ഉൾത്തളങ്ങ ളേയും, കെട്ടുപിണയുന്ന നിഴലുകളേയും വെളിച്ചത്തേയും , മനുഷ്യദൈന്യ ത്തേയും തൃഷ്ണകളേയും, ശൗര്യത്തേയും കോമാളിത്തത്തേയും ക്യാമറ അതിവിദഗ്ധമായി പകർത്തികാട്ടുന്നു.

അഞ്ചുദിനങ്ങളായാണ് ഇതിവൃത്തം വിഭജിക്കപ്പെട്ടിരിക്കുന്നത്. കാഞ്ചനം, ജലം, കാട്, അഗ്നി, മണ്ണ് എന്നിങ്ങനെ അഞ്ചുഘടകങ്ങൾ. താരത മ്യേന അംഗസംഖ്യയേറിയ കിൻ സൈന്യം പോരാട്ടത്തിൽ മേൽക്കോയ്മ നേടുന്നതും അഞ്ചുലക്ഷത്തോളം സാവോ സൈനികരെ കൊന്നൊടുക്കു ന്നതുമായ യുദ്ധദൃശ്യങ്ങൾ ഇവയ്ക്കിടയിലായി വിന്യസിച്ചിരിക്കുന്നു. അതി ചടുലമാണ് യുദ്ധദൃശ്യങ്ങളത്രയും.

കബന്ധങ്ങളും രക്തവും പടച്ചട്ടകളും ആയുധങ്ങളും ചിതറിത്തെറി പ്പിച്ചുകൊണ്ട് യുദ്ധം നിരർത്ഥകമായി തുടരവെ കൊയ്യാറായ ഗോതമ്പുപാട ങ്ങളുടെ വിളികേട്ട് രണ്ടു കിൻ പടയാളികൾ പോർക്കളം വെടിഞ്ഞ് ഒളിച്ചോടുന്നു. അവരിൽ സിയാ യുദ്ധവീരനാണ്. സെയാകട്ടെ, അന്നേവരെ ഒരു ശത്രുവിനെപ്പോലും നിഹനിച്ചിട്ടില്ലാത്ത ഭീരുവായ വിഡ്ഢി. പിടികൂടി വധിക്കാനായി പിന്തുടരുന്ന സ്വന്തം വംശത്തിന്റെ ഭടന്മാരിൽ നിന്നും രക്ഷപ്പെടുന്നതിന് ഏറെ ഉയരത്തിൽ നിന്നും കുതിച്ചൊഴുകുന്ന നദിയി ലേയ്ക്ക് അവർ സ്വയം വലിച്ചെറിയുന്നു. മൃതപ്രായരായി എത്തിപ്പെടുന്നത് ശത്രുദേശത്ത്. അതു തിരിച്ചറിഞ്ഞപ്പോൾ ആത്മരക്ഷയ്ക്കായി അവർ വലിയൊരു നുണ പറയുന്നു. അതായത്, തങ്ങൾ സാവോ വംശജരാണെന്ന്.

യുദ്ധത്തെക്കുറിച്ച് കേൾക്കാൻ വ്യഗ്രതകാട്ടിയ സ്ത്രീകളോട് അവർ പിന്നീട് പറയുന്നതും നുണകൾ തന്നെയാണ്. അസംഖ്യം ക്വിൻ പടയാളികളെ അവർ നിഷ്കരുണം അരിഞ്ഞുതള്ളിയിട്ടുണ്ടെന്നും സാവോ സൈന്യത്തിന്റെ അന്തിമവിജയം ആസന്നമാണെന്നുമൊക്കെ കേട്ട് സ്ത്രീകൾ ഹർഷപുളകിതരാകുന്നു. ലൈംഗികവാഞ്ഛ പ്രകടമാണ് സ്ത്രീകൾ പലരിലും. പുരുഷന്റെ സ്പർശത്തിനും ഗന്ധത്തിനുമുള്ള ആസക്തിയിൽ അവർ ലജ്ജിക്കുന്നില്ല ഒട്ടും. എന്നാൽ തങ്ങൾ അഭയം നൽകിയത് ശത്രുപക്ഷത്തെ രണ്ടുപേർക്കാണെന്ന സത്യം അറിഞ്ഞതും അവർ ആത്മബോധം വീണ്ടെടുക്കുന്നത് ചിത്രത്തിലെ ഒരു നിർണായക വഴിത്തിരിവാണ്. നുണകളുടെ ആഭിചാരം ഏതെങ്കിലുമൊരു തീഷ്ണമുഹൂർത്തത്തിൽ ഭേദിക്കപ്പെടുകതന്നെ ചെയ്യുമെന്ന സാർവ്വലൗകികതത്വത്തിന് ഒരിയ്ക്കൽക്കൂടി അടിവരയിടുകയാണ് സംവിധായകനും തിരകഥാകൃത്തുമായ ഹെ പിംഗ് ഇവിടെ ചെയ്യുന്നത്. സ്വത്വം വിനയായ പടയാളികൾ വീണ്ടും പ്രതിരോധത്തിലാകുന്നു. മരണം പിന്നേയും മുഖം നീട്ടുന്നു. ആ സംഘർഷത്തിനിടയിലാണ് കുറോസാവയുടെ വിഖ്യാതമായ (പിന്നീട് പാശ്ചാത്യ രീതിയിൽ പുനർനിർമ്മിക്കപ്പെട്ട) സാമുറായ് ചിത്രത്തിലെന്നപോലെ പ്രാകൃതരും ഹൃദയശൂന്യരുമായ കൊള്ളക്കാരുടെ കടന്നുവരവ്).

മായ് ടിയാൻ എന്ന സിനിമയിൽനിന്ന്

സാവോവംശത്തിലെ പോരാളികൾക്ക് ഉന്മൂലനനാശം സംഭവിച്ചുവെന്ന് കേട്ട് അവരുടെ സ്ത്രീകൾ മാത്രം അവശേഷിക്കുന്ന ദേശത്തേയ്ക്ക് കാമവും കൈത്തരിപ്പുമായി വരുന്ന കൊള്ളക്കാർ ദുർബലമായ ചെറുത്തുനിൽപുപോലും പ്രതീക്ഷിച്ചിരുന്നില്ല. എന്നാൽ സംഭവിച്ചത് മറിച്ചാണ്. കൊള്ളക്കാരെ തന്റെ ധൈര്യവും ശക്തിയും കൊണ്ട് ചെറുക്കാനുള്ള ലീ രാജ്ഞിയുടെ ശ്രമം ഫലം കാണുന്നില്ലെങ്കിലും (ഫാൻ ബിൻഗ് ബിൻഗിന്റെ ഉജ്ജ്വലമായ പ്രകടനം) പരാക്രമിയായ സിയായുടെ മുന്നിൽ അവർക്ക് അടിപതറുന്നു. വിരണ്ടോടിയ കൊള്ളക്കാർ തക്കം നോക്കി പിന്നെയും വന്നെത്തിയേക്കുമെന്നതുകൊണ്ട് സിയാ ലീയെ ഒരു സുരക്ഷിതസ്ഥലത്തേയ്ക്കു കൊണ്ടുചെല്ലാൻ സന്നദ്ധത കാട്ടുന്നു. എന്നാൽ രാജ്ഞി ആ വാഗ്ദാനം നിരസിച്ച് ഒരു സ്വപ്നത്തിലെന്നോണം ഗോതമ്പുവയലുകളിലൂടെ നീങ്ങുകയാണ്. തുടക്കത്തിലെ വിമോഹന ദൃശ്യം പ്രേക്ഷകർ വീണ്ടും കാണുന്നു. വിളഞ്ഞ ഗോതമ്പ് വയലുകൾക്കിടയിലെ വരമ്പിലൂടെ പാടി ക്കൊണ്ടുവരുന്ന കുട്ടികൾ. രാജ്ഞി പോകുന്നത് അവരുടെ നേർക്കാണ്. സ്വപ്നാത്മകവും ഭാവസാന്ദ്രവുമായ പരിസമാപ്തി. ഗോതമ്പു വയലുകൾ ആര് കൊയ്യുമെന്നുമാത്രം സംവിധായകൻ പറയുന്നില്ല. അതൊരു ചോദ്യമായിത്തന്നെ അവശേഷിക്കുന്നു.

വലിയ എഴുത്തുകാരന്റെ ചെറിയ ഓർമ്മകളിലൂടെ

മാതൃരാജ്യത്തിന്റെ ചരിത്രവും സംസ്കൃതിയും കണ്ടെത്തുവാനായി ഒരു അപരിചിതന്റെ നിഷ്ക്കളങ്കനേത്രങ്ങളോടെ നിർവ്വഹിച്ച ദീർഘയാത്രയ്ക്കിടയിൽ (Journey to Portugal: Jose Saramago) പ്രായമേറെയുള്ള യാത്രക്കാരൻ ജന്മഗ്രാമമായ അസിൻഹാഗയിലും (Azinhaga) ബാല്യത്തിൽ താൻ നീന്തിത്തുടിച്ച അൽമോണ്ടാ നദിയുടെ കരയിലും തിരിച്ചെത്തുന്നുണ്ട്. അപ്പോഴേയ്ക്കും അസിൻഹാഗ തിരിച്ചറിയാനാവാത്ത വിധം മാറിക്കഴിഞ്ഞിരുന്നു. പർവ്വതങ്ങളിലെ നീരൊഴുക്കുകൾപോലെ സ്വച്ഛമായിരുന്ന അൽമോണ്ട അടിമുടി അഴുകി ഒരു മൃതനദിയായി ത്തീർന്നിരുന്നു. ആകുലമായ ആ അഴുക്കുചാലിനെയോർത്ത് യാത്രികൻ വിലപിക്കുന്നില്ല. നദിയുടെ മരണം പ്രഖ്യാപിക്കുകമാത്രം ചെയ്യുന്നു. ('The Traveller did not come here to mourn a dead river, but he must at least announce that it is dead')

അസിൻഹാഗയും അൽമോണ്ടയും വളരെ വർഷങ്ങൾക്കുമുമ്പ് എങ്ങനെയായിരുന്നുവെന്ന് സരമാഗോ വ്യക്തമായി ഓർമ്മിക്കുന്നു. ദരിദ്രവും അപരിഷ്കൃതവുമായിരുന്നു അസിൻഹാഗ. രണ്ടുംമൂന്നും നൂറ്റാണ്ടുകൾ കടന്നുപോകുന്നതു കണ്ടുനിന്ന പുരാതന ഒലീവ് മരങ്ങൾ അസിൻഹാഗയിലെ പ്രമുഖസാന്നിദ്ധ്യമായിരുന്നു. കറുത്ത കായ്കളും പക്ഷികളും ഇടതിങ്ങിയ മേലാപ്പുകൾ. ധാരാളം പൊത്തുകളുള്ള പായൽ പൊതിഞ്ഞ തായ്ത്തടികൾ. പൊത്തുകളിൽ ഓടിച്ചെന്നൊളിക്കുന്ന ഓന്തുകൾ. അവയൊക്കെ ഓർമ്മയിലെ കാഴ്ചകളാണ്. ഒലീവുമരങ്ങളത്രയും നിഷ്കരുണം വെട്ടിമാറ്റപ്പെട്ടു. നൂറുകണക്കിന്, ആയിരക്കണക്കിന് വൃക്ഷങ്ങൾ മുറിച്ചുവീഴ്ത്തി. ആഴത്തിൽ വേരൂന്നിയ അവയെ മണ്ണിൽനിന്നും പറിച്ചുമാറ്റി. വിളക്കുകൾക്ക് വെളിച്ചം പകർന്നിരുന്ന മരങ്ങളുടെ വൃദ്ധവേരുകൾ ജീർണ്ണിക്കാനായി വിട്ടു. പിന്നെ വളർന്നുവന്നത് സങ്കരയിനം ചോളമാ

ണ്. സരമാഗോ എഴുതുന്നു. അല്ല, ഞാൻ പരാതിപ്പെടുകയല്ല. എന്റേതല്ലാത്ത ഒന്നിന്റെ നഷ്ടമോർത്ത് പരിദേവനം ചെയ്യുകയല്ല. ഇന്നത്തെ ഭൂപ്രകൃതി എന്റേതല്ലെന്ന് വിശദീകരിക്കാൻ ശ്രമിക്കുക മാത്രമാണ്. ഞാൻ ജനിച്ച സ്ഥലം ഇതല്ല. ഇവിടെയല്ല ഞാൻ വളർന്നത്.

സരമാഗോയുടെ ലഘുസ്മരണകൾ (Small Memories) ബാല്യത്തിലേയ്ക്കും കൗമാരത്തിലേയ്ക്കുമുള്ള മടക്കയാത്രയുടെ വിവരണമാണ് ഈ ചെറിയ ഓർമ്മകളിൽ അങ്ങിങ്ങ് നഷ്ടബോധമുണ്ട്, തീവ്രനൊമ്പരങ്ങളുണ്ട്, ആഹ്ലാദങ്ങളും തിരിച്ചറിവുകളുമുണ്ട്. ആരോടും പറയാതെ വാർദ്ധക്യത്തോളം മനസ്സിൽ സൂക്ഷിച്ച രഹസ്യങ്ങളുണ്ട്, കുരുന്ന് പ്രണയവും തേനൂറുന്ന രതിയുമുണ്ട്.

സരമാഗോ എന്നത് യഥാർത്ഥത്തിൽ ഒരു കുടുംബനാമമല്ല. കാട്ടുമുള്ളങ്കി എന്നാണ് അതിന്റെയർത്ഥം. അസിൻഹാഗയിൽ കുടുംബം അറിയപ്പെട്ടിരുന്നത് അങ്ങനെയൊരു പരിഹാസപ്പേരിലാണ്. രണ്ടാമത്തെ മകന് ഷൂസെ ഡി സൂസ (Jose De Souse) എന്ന് പേരിടാനായിരുന്നു അച്ഛനായ ഷൂസെ ഡി സൂസ രജിസ്റ്റർ കച്ചേരിയിൽ ചെന്നത്. ഗൊലേഗായിലെ രജിസ്റ്റർ കച്ചേരിയിലുള്ള ക്ലാർക്ക് (അയാളുടെ പേര് സിൽവിനോ) സാമാന്യം നന്നായി മദ്യപിച്ച നിലയിലായിരുന്നതിനാൽ തന്റെ വകയിൽ സരമാഗോ എന്ന് പേരിനൊപ്പം ചേർത്തെഴുതുകയായിരുന്നു. അച്ഛൻ പിന്നീട് എപ്പോഴും പറഞ്ഞിരുന്നത് സിൽവിനോ അപ്രകാരം ചെയ്തത് കടുത്ത വിദ്വേഷം നിമിത്തമാണെന്നാകിലും, വീഞ്ഞിന്റെ ദൈവം ഇടപെട്ടതുമൂലം സംഭവിച്ച വ്യക്തിനാമത്തിന് സരമാഗോ അങ്ങേയറ്റം കൃതജ്ഞനാണ്. അതല്ലായിരുന്നുവെങ്കിൽ പുരുഷശരീരവിച്ഛേദനശാസ്ത്രത്തിലെ കുത്സിതമായ മറ്റ് ചില പേരുകൾ (ലിംഗമെന്ന് അർത്ഥമുള്ള Pichatada, പൃഷ്ഠമെന്നർത്ഥമുള്ള Curroto, വൃഷണങ്ങൾ എന്നർത്ഥമുള്ള Caralhana) തന്റെ മേൽ പതിഞ്ഞേനെയെന്ന് സരമാഗോ ആശ്വാസപൂർവ്വമാണ് ഓർക്കുന്നത്. സിൽവിനോ വെളിവില്ലാതെ ഇങ്ങനെയൊരു കടുംകൈ കാണിച്ചിട്ടുണ്ടെന്ന് അച്ഛനറിയുന്നത് ഏഴുവയസ്സുള്ള മകനെ പ്രൈമറി സ്കൂളിൽ ചേർക്കാൻ ചെന്നപ്പോഴാണ്. അവിടെ ജനനസർട്ടിഫിക്കറ്റ് അവശ്യരേഖയായിരുന്നു. മകന്റെ പേര് അച്ഛനെ സംബന്ധിച്ച് ഒരു പരുക്കൻ സത്യമായി. അത്രയുംകൊണ്ട് തീർന്നില്ല. മകന്റെ പേര് അങ്ങനെയായിരിക്കെ അയാൾ എന്തുകൊണ്ട് ഷൂസെ ഡി സൂസ എന്നു മാത്രം അറിയപ്പെടുന്നുവെന്ന് ചോദ്യമുയർന്നു. നിയമത്തിന്റെ കാർക്കശ്യത്തെയും സന്ദേഹത്തെയും മറികടക്കാനായി ഗത്യന്തരമില്ലാതെ, അയാൾക്ക് തന്റെ പേര് നിയമം അനുശാസിക്കുന്ന രീതിയിൽ രേഖപ്പെ

ടുത്തി വീണ്ടും രജിസ്റ്റർ ചെയ്യേണ്ടതായി വന്നു. ഒരു മകൻ അച്ഛന് സ്വന്തം പേര് നൽകിയ വിചിത്രസംഭവം മനുഷ്യചരിത്രത്തിലാകെ ഇതൊന്നുമാത്രമേ ഉണ്ടാവുകയുള്ളു എന്ന് എഴുതുമ്പോൾ സരമാഗോ തന്റെ ഊറിച്ചിരിയിൽ വായനക്കാരെയും പങ്കാളരാക്കുന്നു. ഇതുപോലുള്ള നർമ്മോക്തികൾ ഈ കൃതിയിൽ എമ്പാടുമുണ്ട്. ജനനം മുപ്പതുവയസ്സിനകം രജിസ്റ്റർ ചെയ്തതിലുള്ള പിഴ ഒഴിവാക്കാനായി ജനനതീയതിയിൽ രണ്ട് ദിവസത്തെ വ്യത്യാസം വരുത്തിയത് പരാമർശിച്ചശേഷം സരമാഗോ കുറിക്കുന്നതിങ്ങനെയാണ്. 'ഞാൻ മരിക്കുമ്പോൾ തിരിച്ചറിയൽ കാർഡിലെ ജനനതീയതിയേക്കാൾ രണ്ടുനാൾ പ്രായക്കൂടുതലുണ്ടാവും എനിക്ക്. പക്ഷേ ഞാൻ കരുതുന്നത് അതാരും ശ്രദ്ധിച്ചേക്കില്ലെന്നാണ്. (സരമാഗോ ജനിച്ചത് 16 നവംബർ 1922 നായിരുന്നു. ജനനരജിസ്റ്റർ പ്രകാരം നവംബർ 18ന്.)

ശ്വാസകോശ ന്യൂമോണിയ ബാധിച്ച് നാലാംവയസ്സിൽ മരിച്ചുപോയ സഹോദരൻ ഫ്രാൻസിസ്കോയുടെ ചിത്രമാണ് ഓർമ്മക്കുറിപ്പുകൾക്ക് അനുബന്ധമായി ചേർത്ത പഴയ ഛായാപടങ്ങളിൽ ആദ്യത്തേത്. അത്രയും ശൈശവത്തിലുള്ള തന്റെ പടമൊന്നും ഇല്ലെന്നിരിക്കെ, അച്ഛനുമമ്മയും ഉൾപ്പെടെ തിരിച്ചറിയാവുന്നവരൊക്കെയും കാലയവനികയ്ക്കുള്ളിൽ മറഞ്ഞുപോയ നിലയ്ക്ക് വേണമെങ്കിൽ അത് സ്വന്തം ഇമേജാണെന്ന് അവകാശപ്പെടാനുള്ള സാധ്യത സ്വയം പരിഗണിക്കുന്ന സരമാഗോ സീസറിനുള്ളത് സീസറിനും ഫ്രാൻസിസ്കോയ്ക്കുള്ളത് ഫ്രാൻസിസ്കോയ്ക്കും എന്നുപറഞ്ഞ് അത് നിരാകരിക്കുകയാണ്. ചിത്രത്തിന്റെ അടിക്കുറിപ്പ് ഇങ്ങനെ: വളരെ ചുരുങ്ങിയ കാലമേ അവൻ ജീവിച്ചുള്ളു. അവൻ എന്തായേനെയെന്ന് ആർക്കറിയാം. ഞാൻ ജീവിക്കുന്നതിലൂടെ അവന് ജീവിതം നൽകാൻ ശ്രമിക്കുകയായിരുന്നുവെന്ന് തോന്നും ചിലപ്പോൾ.

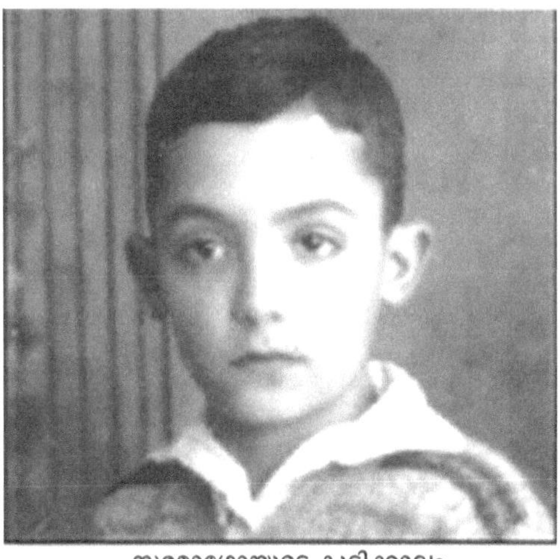

സരമാഗോയുടെ കുട്ടിക്കാലം

ഫ്രാൻസിസ്കോയുടെ ജനനസർട്ടിഫിക്കറ്റ് നേടാനുള്ള അന്വേഷണം, ആറേഴു ദശകങ്ങൾക്കിപ്പുറത്ത്, സരമാഗോയ്ക്ക് സമ്മാനിച്ചത് കൗതുക കരമായ ഒരറിവാണ്. ഔദ്യോഗികരേഖ അനുസരിച്ച് ഫ്രാൻസിസ്കോ മരിച്ചിട്ടില്ല! ഗൊലേഗായിലെ രജിസ്റ്റർ കച്ചേരി പറയുന്നതാണ്. പിന്നെ ചികഞ്ഞത് ലിസ്ബൺ സിമിത്തേരികളിലെ പഴയ രേഖകൾ. അവയിലൊന്നിൽ കൊച്ചുഫ്രാൻസിസ്കോ 22 ഡിസംബർ 1924 ന് മരിച്ചതായും ബെൻഫിക്കാ സിമിത്തേരിയിൽ രണ്ടുദിവസം കഴിഞ്ഞ് സംസ്കരിക്കപ്പെട്ടതായും രേഖപ്പെടുത്തിയിരുന്നു. എത്ര വിഷാദഭരിതമായ ക്രിസ്മസ് ആയിരുന്നിരിക്കണം ആ വർഷം തന്റെ അപ്പനമ്മമാർക്കെന്ന് സരമാഗോ ഖേദിക്കുന്നു. മറ്റൊരു പരാമർശം കൂടി ഇവിടെയുണ്ട്. അതായത്, രജിസ്റ്റർ കച്ചേരികളുമായുള്ള ഇടപെൽ തന്റെ 'All the Names ' എന്ന നോവലിന്റെ രചനയ്ക്ക് ഏതുവിധത്തിൽ സഹായകരമായെന്ന്.

പിൽക്കാലത്ത് ഒരു നോവലെഴുത്തുകാരനാകുമെന്ന് പ്രതീക്ഷിച്ചുകൊണ്ടല്ലെങ്കിലും അസിൻഹാഗയിൽ കഴിച്ചുകൂട്ടിയ നാളുകളിൽ പിന്നീട് ആവശ്യമായി വന്നേക്കാവുന്ന പലതും (ദൃശ്യബിംബങ്ങൾ, ഗന്ധങ്ങൾ, ശബ്ദങ്ങൾ, ഇളംകാറ്റുകൾ, ശാരീരിക അനുഭവങ്ങൾ തുടങ്ങിയവ) സരമാഗോ മനസ്സിൽ ശേഖരിക്കാറുണ്ടായിരുന്നു. ബർത്തോലമ്യൂ പുണ്യവാളന്റെ പ്രതിമ കാണാൻ ചെന്നതിന്റെ ഓർമ്മ പങ്കുവെക്കുന്ന സന്ദർഭത്തിൽ ഒപ്പമുള്ളവരോട് 'ഒരുദിവസം ഞാനിതൊക്കെയും ഒരു നോവലിൽ ചേർക്കു' മെന്ന് പറഞ്ഞത് സരമാഗോ കുറിക്കുന്നുണ്ട്.

സരമാഗോ

'ബാൽത്തസാർ ആന്റ് ബ്ലിമുൻഡ' യിൽ ബർത്തോലമ്യു പുണ്യവാളനെക്കുറിച്ചുള്ള പരാമർശമൊന്നും ഇല്ലെന്നിരിക്കിലും ആ ബസിലിക്കയിലേയ്ക്ക് രണ്ടാമത്തെ സന്ദർശനത്തിന് അമ്പതിലധികം വർഷംമുമ്പ് നടത്തിയ ആദ്യ സന്ദർശനം എല്ലാ വിശദാംശങ്ങളോടെയും സരമാഗോ ഓർക്കുന്നു.

അസിൻഹാഗയിലെ ജന്മഗൃഹമോ, നിരക്ഷരരെങ്കിലും സ്നേഹധനരായ പിതാമഹൻ ജെറോനിമോയുടേയും പിതാമഹി ജോസഫായുടെയും എളിയ വീടോ ഇന്നില്ല. പക്ഷേ, ഓർമ്മയുടെ അസാധാരണശക്തിയാൽ മാഞ്ഞുപോയതെല്ലാം പുനഃസൃഷ്ടിക്കാൻ സരമാഗോയ്ക്ക് കഴിയുന്നു. മുത്തശ്ശിയെക്കുറിച്ചുള്ള ഒരു ലഘുസ്മൃതി ഏറെ ഹൃദയസ്പർശിയാണ്. വീടിന് വെളിയിൽ ഉമ്മറപ്പടിയിലായി, വിശാലവും താരാകീർണ്ണവുമായ രാത്രിയ്ക്ക് നേരെയും ഒന്നുമറിയാത്തതും ഒരിക്കലും സഞ്ചരിക്കാനിടയില്ലാത്തതുമായ ആകാശത്തിനു നേരെയും വയലുകളുടെയും ഇരുണ്ട മരങ്ങളുടെയും നിശബ്ദതയ്ക്ക് നേരെയും മിഴികൾ തുറന്നുപിടിച്ചിരുന്ന്, തൊണ്ണൂറുവയസ്സിന്റെ പ്രശാന്തതയോടെയും ഒരു നാളും നഷ്ടമാകാത്ത കൗമാരത്തിന്റെ അഗ്നിയോടെയും മുത്തശ്ശി പറഞ്ഞു. ' ഈ ലോകം എത്ര മനോഹരം. മരിക്കണമല്ലോ എന്നോർക്കുമ്പോൾ സങ്കടം തോന്നുന്നു.' അതേ വാക്കുകളായിരുന്നു മുത്തശ്ശി ഉരുവിട്ടത്. സെസിറ്റോ (സരമാഗോയെ വീട്ടിൽ വിളിച്ചിരുന്നതങ്ങനെയായിരുന്നു) അപ്പോൾ തൊട്ടടുത്തുണ്ടായിരുന്നു.

മറ്റൊരോർമ്മ എമിലിയ അമ്മായിയെക്കുറിച്ചുള്ളതാണ്. തെരുവിൽ ഒരു ബാറിനരികെ വറുത്ത ചെസ്നട്ടുകൾ വിൽക്കാറുണ്ടായിരുന്ന, അസാമാന്യമാംവിധം വൃത്തിയുംമെനയും പുലർത്തുമായിരുന്ന എമിലിയ അമ്മായി ചിലപ്പോൾ കണ്ടമാനം വീഞ്ഞ് മോന്തും. ഒരുദിവസം വീട്ടിലെ മറ്റു സ്ത്രീകൾ അവരെ കാണുമ്പോൾ, തന്റെ കിടപ്പുമുറിയുടെ തറയിൽ കാലുകൾ അകറ്റി പാവാട ഉയർത്തി ഏതോ പാട്ടുപാടിക്കൊണ്ട് സ്വയം ഭോഗം ചെയ്യുകയാണ്. എന്താണ് നടക്കുന്നതെന്നറിയാൻ സെസിറ്റോ ശ്രമിച്ചപ്പോൾ സ്ത്രീകളേവരും ചേർന്ന് ആ കാഴ്ച തടയാനായി ഒരു വേലിക്കെട്ട് തീർത്തു. സെസിറ്റോയ്ക്ക് അന്ന് ഒമ്പതുവയസ്സായിരുന്നിരിക്കണം. അവന്റെ പ്രാഥമികലൈംഗികവിദ്യാഭ്യാസത്തിലെ പ്രഥമ അധ്യായങ്ങളിൽ ഒന്ന് അതായിരുന്നു.

പതിനൊന്നോ അതിൽ കുറവോ ഉള്ളപ്പോഴാണ് സെസിറ്റോയും ഡോമിറ്റീലിയും വധൂവരന്മാരുടെ കളിയിൽ ഏർപ്പെടുന്നത്. ആരാണ് മുൻകൈ എടുത്തതെന്ന് സെസിറ്റോയ്ക്ക് തീർച്ചയില്ല. താൻ തന്നെ ആയിരിക്കണം. തൊടാനും തുളച്ചുകയറാനും ഓമനിക്കാനുമായി മറ്റൊരു മനുഷ്യശരീരത്തിൽ എന്തൊക്കെയുണ്ടെന്ന താല്പര്യാതിശയം ഉള്ളിൽ തീവ്ര

മായിരുന്നു. തക്ക ശിക്ഷയും കിട്ടി. ചന്തിയ്ക്ക് പെട. അത്ര കഠിനമായിരുന്നില്ല. അമ്മയും മറ്റ് പെണ്ണുങ്ങളും പിഞ്ചിലേ പഴുത്ത പാപിയെയോർത്ത് ചിരിച്ചിരിക്കണം. പക്ഷേ സെസിറ്റോയും ഡൊമിറ്റീലിയായും പാഠം പഠിച്ചില്ല. ഏതാനും വർഷങ്ങൾക്കുശേഷം അവർ വേറൊരിടത്തു വെച്ച് കൂടുതൽ വിശദമായ പരിശോധനകൾ നടത്തുന്നുണ്ട്. അര മുതൽ കീഴ്പ്പോട്ട് നഗ്നയായ ഡോമിറ്റീലിയയുടെ ദൃശ്യം ഈ വാർദ്ധക്യത്തിലും തന്റെ ഓർമ്മയിലുണ്ടെന്ന് സരമാഗോ കുമ്പസരിക്കുന്നു.

ഹൃദ്യമാണ് ഈ ചെറിയ ഓർമ്മകൾ. ഓർമ്മിക്കാൻ ആഗ്രഹിക്കുന്നത് പലതും നമ്മൾ മറന്നുപോകുന്നു. പക്ഷേ, ചില ബിംബങ്ങൾ, വാക്കുകൾ, സ്ഫുരണങ്ങൾ, പ്രകാശാലങ്കാരങ്ങൾ എന്നിവ വിശദീകരണമൊന്നും കൂടാതെ നേരിയ ഉത്തേജനത്തിൽപോലും നമ്മളിലേക്ക് മടങ്ങിവരുന്നു. നമ്മൾ അവയെ വിളിച്ചുവരുത്തുകയല്ല. അവ അവിടെയുണ്ട്.

അഡോൾഫ് ഹിറ്റ്‌ലർക്ക് ഒരിയ്ക്കൽക്കൂടി മരണം: ടറാൻടിനോ രീതിയിൽ

പാതയോര റസ്റ്റോറന്റുകളിലെ പരിചാരികമാരിൽനിന്നും ഗ്യാസ് സ്റ്റേഷൻ ജോലിക്കാരിൽനിന്നുമൊക്കെ അസാമാന്യമായ കഴിവുള്ള അഭിനേതാക്കളെ കണ്ടെത്തിയെന്ന ഫിലിം സ്റ്റുഡിയോ കഥകൾക്ക് അനുബന്ധമെന്നോണം ഹോളിവുഡിൽ പ്രചരിച്ച വേറൊരു കഥ ടെന്നിസിയിലെ ഒരു വീഡിയോ സ്റ്റോർ ക്ലർക്ക് ഏതോ രാത്രി പുലർന്നപ്പോൾ ലോകമറിയുന്ന ചലച്ചിത്രസം വിധായകനായി മാറിയതാണ്. ക്വെൻറിൻ ടറാൻടിനോ (Quentin Tarantino) എന്ന ഇരുപത്തിയൊമ്പതുകാരൻ പിന്നീട് വിശേഷിക്കപ്പെട്ടത് അമേരിക്കയിലെ ഏറ്റവും പ്രശസ്തനായ മുൻവീഡിയോ ക്ലർക്ക് എന്നാണ്.

'റിസർവോയർ ഡോഗ്സി' ന് (Reservior Dogs, 1992) മുമ്പ് സംവി ധായകനെന്ന നിലയിൽ യാതൊരു പരിചയവും ടറാൻടിനോ നേടിയിരു ന്നില്ല. വീഡിയോ സ്റ്റോർ ജോലിയ്ക്കിടയിൽ ശ്രമിച്ചത് നടനാകാനാണ്. എൽവിസ് പ്രീസ്‌ലിയുടെ അപരനായും മറ്റും ക്യാമറയ്ക്ക് മുന്നിലെത്തിയെങ്കിലും നടനെന്ന നിലയ്ക്ക് വിജയിക്കാനായില്ല. തുടർന്ന് തിരക്കഥകളിലേയ്ക്ക് തിരിഞ്ഞു. 'റിസർവോയർ ഡോഗ്സ്' സാധ്യമായത് അതിന്റെ തിരക്കഥ നടൻ ഹാർവി കീറ്റെൽ (Harvey Kaitel) വായിക്കാൻ ഇടയായതോ ടെയാണ്. കീറ്റെലിന്റെ പിന്തുണ ടറാൻടി നോയെ അമേരിക്കൻ യുവസംവിധായക രുടെ നിരയിലേക്കുയർത്തി. അടുത്ത ചിത്ര മായ 'പൾപ്പ് ഫിക്ഷൻ' (1994) കാൻമേള യിൽ പരമോന്നത ബഹുമതിയും മികച്ച തിരക്കഥയ്ക്കുള്ള അക്കാദമി പുരസ്കാ രവും നേടിയതോടെ സംവിധായകന്റെ

ക്വെൻറിൻ ടറാൻടിനോ

തൊപ്പി അനേകം തൂവലുകളുള്ളതായി. ഇപ്പോൾ സവിശേഷവും അവിസ്മരണീയവുമായ പുതിയ ചിത്രവുമായി ടറാൻടിനോ തരംഗങ്ങൾ തീർക്കുകയാണ്. നാസികളെയും ജൂതരെയും പഴയകാലത്തേക്ക് തിരിച്ചുചെന്ന് മുഖാമുഖം നിർത്തുന്ന 'ഇൻഗ്ളോറിയസ് ബാസ്റ്റാർഡ്സ്' (Inglourious Basterds) ആദ്യമായി പ്രദർശിക്കപ്പെട്ടത് അറുപത്തിരണ്ടാമത് കാൻമേളയിലായിരുന്നു. അവിടെ ക്രിസ്റ്റോഫ് വാൾട്സ് മികച്ച നടനായി അംഗീകരിക്കപ്പെട്ടു. അനന്തരം ഗോൾഡൻ ഗ്ലോബ്, ബാഫ്റ്റ (British Academy of Film and Television Arts) പുരസ്കാരങ്ങൾ; എട്ട് അക്കാദമി അവാർഡ് നോമിനേഷനുകളും.

അഞ്ച് പരിച്ഛേദങ്ങളായി വിഭജിക്കപ്പെട്ട ചിത്രത്തിൽ ആദ്യത്തേത് നാസി അധിനിവേശത്തിന് കീഴ്പെട്ട ഒരു ഫ്രഞ്ച്ഗ്രാമത്തിലുള്ള ഡയറിഫാമിൽ അതിന്റെ ഉടമയായ പെരിയർ ലാഫാഡൈറ്റിന്റെ സൗമനസ്യത്തിൽ വീടിന്റെ നിലവറയിലായി ഒളിച്ചുപാർക്കുന്ന ഒരു ജൂതകുടുംബത്തിന്റെ നിസ്സഹായതയുടെയും ദുരന്തത്തിന്റെയും വിവരണമാണ്. ഇരുപത് മിനുട്ടിൽകൂടുതൽ ദൈർഘ്യമുള്ള ഒറ്റ സീക്വൻസാണിത്. ടറാൻടിനോയുടെ ആഖ്യാനമികവിനെ ഉദാഹരിക്കാൻ ഇതൊന്നുമാത്രം മതിയാകും.

ഡയറിഫാം പരിശോധനയ്ക്കെത്തുന്ന കേണൽ ഹാൻസ് ലാൻഡയെന്ന നാസിയുടെ വഞ്ചനീയമായ പെരുമാറ്റരീതി ഫാംഉടമയുടെയും മൂന്ന് പെൺമക്കളുടെയും നിലവറയിൽ വീർപ്പടക്കിപ്പിടിച്ച് കിടക്കുന്ന ഡ്രെഫ്യൂസ് കുടുംബത്തിന്റെയും ഭീതിയുമായി ഇടയുന്നതിന്റെ സൂക്ഷ്മമായ ആഖ്യാനമാണ് ഒന്നാം അധ്യായമെങ്കിൽ രണ്ടാമത്തേത് നാലുവർഷ

'ഇൻഗ്ളോറിയസ് ബാസ്റ്റാർഡ്സി' ൽ നിന്ന്

ത്തിനുശേഷമുള്ള (1944 ജൂൺ) ഒരു പാരീസ് അനുഭവരേഖയാണ്. ക്രൂരനായ ഹാൻസ് ലാൻഡ നടത്തിയ കൂട്ടക്കൊലയിൽനിന്ന് ജീവനുംകൊണ്ട് ഓടിരക്ഷപ്പെട്ട ശോശന്ന ഡ്രെഫ്യൂസിലെ ഗാമർ എന്ന സിനിമാ തിയേറ്ററിന്റെ ഉടമയായി എമ്മാനുവേൽ മിമിയു എന്ന പേരിൽ പിന്നെയും പ്രേക്ഷകർക്ക് മുന്നിലെത്തുന്നു. ജർമൻ യുദ്ധവീരനായ ഫ്രെഡറിക് സോളാർ തെരുവിൽവെച്ച് ആദ്യമായി കാണുമ്പോൾ അവൾ തിയേറ്ററിലെ അടുത്ത ചിത്രത്തിന്റെ പേര് വെളിയിൽ രേഖപ്പെടുത്തുകയായിരുന്നു. സോളാർ ഒരു ചലച്ചിത്രപ്രേമിയാണ്. ലെനി റീഫൻസ്റ്റാളും ജോർജ്ജ് ക്ലൂസോയും മാക്സ് ലിൻഡറും ചാർലി ചാപ്ലിനും ഈ കൂടിക്കാഴ്ചയിലെ പരാമർശങ്ങളിൽപ്പെടുന്നു. ചലച്ചിത്രകാരന്മാരെ അവരുടെ ദേശമേതായാലും ആദരിക്കുന്നവരാണ് തങ്ങൾ ഫ്രഞ്ചുകാരെന്ന മിമിയുവിന്റെ പ്രസ്താവനയും ശ്രദ്ധേയമാണ്. ജർമ്മൻകാരാണെങ്കിലോ എന്ന സോളാറിന്റെ ചോദ്യത്തിന് ഒട്ടും സംശയമില്ലാതെ അവൾ പ്രതിവചിക്കുന്നു. ജർമ്മൻകാരാണെങ്കിൽപോലും.

ഫ്രെഡറിക് സോളാറുമായുള്ള കണ്ടുമുട്ടൽ തന്നെ സംബന്ധിച്ച് എത്രമേൽ നിർണ്ണായകമാണെന്ന് മിമിയൂവിന് ബോധ്യമാകുന്നത് മൂന്നാം റൈക്കിൽ (The Third Reich) ഹിറ്റ്ലർക്ക് തൊട്ടുതാഴെയുള്ള ജോസഫ് ഗീബൽസിനു മുന്നിലെത്തിയപ്പോഴാണ്. ഗീബൽസിന്റെ ഫ്രഞ്ച് ദ്വിഭാഷിയായ ഫ്രാൻസിസ്കോ മോണ്ടിനോയെ പരിചയപ്പെട്ടതും അവൾ സങ്കല്പിക്കുന്ന ചിരിപ്പിക്കാൻ പോന്നൊരു ദൃശ്യമുണ്ട്: മദാലസയായ ദ്വിഭാഷിയെ പിറകിലൂടെ ഭോഗിക്കുന്ന ഗീബെൽസിന്റെ ഹർഷോന്മാദവും അവളുടെ സീൽക്കാരങ്ങളും.

സെക്യൂരിറ്റി തലവനായ കേണൽ ഹാൻസ് ലാൻഡയെ ശോശന്ന വീണ്ടും കാണുന്നത് ഈ റസ്റ്റോറന്റ് സീനിലാണ്. അയാൾ അവളെ തിരിച്ചറിയുന്നില്ല. തന്റെ ഉള്ളിലെ കൊടുംക്രൂരതയ്ക്ക്മേൽ അയാൾക്ക് ഇപ്പോഴും ചിരിയുടെ ആവരണമുണ്ട്. കൃത്രിമത്വം കലർന്ന ഉപചാരത്തിനും കുശലാന്വേഷണമെന്ന മട്ടിലുള്ള ചോദ്യം ചെയ്യലിനും ശേഷം തന്റെ യഥാർത്ഥ പ്രകൃതം വെളിപ്പെടുത്തുംവിധം പ്ലെയിറ്റിൽ അവശേഷിച്ച ക്രീമിൽ സിഗരറ്റ് കുത്തിക്കെടുത്തി അയാൾ പോയ്ക്കഴിഞ്ഞപ്പോൾ തന്റെ കുടുംബത്തിന്റെ ദുർവിധിയോർത്ത് ശോശന്നയ്ക്ക് കരയാതിരിക്കാൻ കഴിയുന്നില്ല. ഒപ്പം ഒരു പ്രതികാരപദ്ധതിയും അവൾ മനസ്സിൽ രൂപപ്പെടുത്തുന്നു. അതിൽ അവളുടെ പങ്കാളി തിയേറ്ററിലെ പ്രൊജക്ഷനിസ്റ്റായ മാഴ്സലെന്ന നീഗ്രോയുവാവാണ്. ഫ്രെഡറിക് സോളാർ നായകനായ 'നേഷൻസ് പ്രൈഡ്' എന്ന നാസി പ്രൊപ്പഗാൻഡ ചിത്രത്തിന്റെ ആദ്യപ്രദർശനം കാണാനായി തന്റെ തിയേറ്ററിലെത്തുന്നവരെ ഒന്നടങ്കം

ഒരു തീപ്പിടുത്തത്തിലൂടെ വകവരുത്തുകയെന്നതാണ് ശോശന്ന വിഭാവന ചെയ്തത്. മൂന്നുമടങ്ങ് വേഗത്തിൽ കത്തുന്ന നൈട്രേറ്റ് ഫിലിം പ്രിന്റുകളുടെ ഒരു വിപുലശേഖരം തിയേറ്ററിലുണ്ട്. അവൾ മാഴ്സലിനോട് പറയുന്നു: തിയേറ്റർ തീ പിടിക്കാതെ സൂക്ഷിക്കാൻ നമുക്ക് കഴിയുമെങ്കിൽ ഇതിന് തീ പിടിപ്പിക്കാനും നമുക്ക് കഴിയും.

നൈട്രേറ്റ് ഫിലിം മാത്രമല്ല, മൂവി ക്യാമറയും ശബ്ദലേഖനോപകരണവും കൂടി നാസികൾക്കെതിരെ ഉപയോഗിച്ചാണ് ശോശന്ന തന്റെ പദ്ധതി നടപ്പിലാക്കുന്നത്. ഒരു ഘട്ടമാകുമ്പോൾ 'നേഷൻസ് പ്രൈഡി'നുപകരം നാസികളോട് അവരുടെ അനിവാര്യമായ അന്ത്യത്തെക്കുറിച്ച് പറഞ്ഞ് ആഹ്ലാദിക്കുന്ന തന്നെ ചിത്രീകരിച്ചത് അവൾ പ്രദർശിപ്പിച്ചുകാട്ടുന്നു, അഡോൾഫ് ഹിറ്റ്ലറും ജോസഫ് ഗീബൽസുമുൾപ്പെടെയുള്ള നാസി പ്രമുഖരെ സംഭ്രമിപ്പിച്ചുകൊണ്ട്. മരണം മറ്റൊരു വഴിക്കു വരുന്നുണ്ട് അവരെത്തേടി. ലെഫ്റ്റനന്റ് ആൽഡോ റെയ്നയുടെ (ബ്രാഡ് പിറ്റ്) നേതൃത്വത്തിലുള്ള എട്ട് അമേരിക്കൻ ജൂതഭടന്മാർ നാസികൾക്കൊരു പേടിസ്വപ്നമാണ് ആദ്യംമുതൽക്ക് തന്നെ. ആൽഡോ ഒപ്പമുള്ളവരിൽനിന്ന് ആവശ്യപ്പെടുന്നത് കൊല്ലപ്പെട്ട എതിരാളിയുടെ ശിരസ്സിൽനിന്ന് മുടിയോടുകൂടി മുറിച്ചെടുത്ത ചർമ്മമാണ് (Scalp). മൂർച്ചയേറിയ കത്തിമുനകൊണ്ട് നെറ്റിയിൽ വരച്ചുവെയ്ക്കുന്ന ഒരിക്കലും മായാത്ത സ്വസ്തികയാണ് ശിരോചർമ്മം മുറിച്ചെടുക്കാതെ വിട്ടയക്കുന്നവർക്കുള്ള ശിക്ഷ. ഒരു ചതിയിലൂടെ അമേരിക്കയിലേയ്ക്ക് രക്ഷപ്പെടാമെന്ന് പ്രത്യാശിച്ച കേണൽ ഹാൻസ് ലാൻഡയുടെ നെറ്റിയിൽ കത്തുമുനയാഴ്ത്തിയ ശേഷം ആൽഡോ പ്രഖ്യാപിക്കുന്നു. 'This just might be my masterpiece'

ടറാൻറിനോ ഈ ചിത്രത്തിന്റെ തിരക്കഥയെഴുതാൻ ഒരു ദശകത്തിലേറെ സമയമെടുത്തതായി വെളിപ്പെടുത്തിയിട്ടുണ്ട്. ഹാൻസ് ലാൻഡയുടെ നെറ്റിത്തടത്തിൽ കോറിയ നാസിചിഹ്നമാണ് ആൽഡോയുടെ മാസ്റ്റർപീസെങ്കിൽ ടറാൻടിനോ കരുതുന്നത് തന്റെ മാസ്റ്റർ പീസ് ഈ തിരക്കഥയാണെന്നത്രെ. 1979 ൽ എൻസോ കാസ്റ്റെലാരി (Enzo Castellari) സംവിധാനം ചെയ്ത യുദ്ധചിത്രത്തിൽ നിന്ന് (Inglourious Bastards) പ്രചോദിതമാണ് ശീർഷകം. അക്ഷരങ്ങളിലുള്ള വ്യത്യാസത്തെക്കുറിച്ച് (Inglorious Bastards) കാൻമേളയിൽ ചോദ്യമുതിർന്നപ്പോൾ ടറാൻടിനോയുടെ മറുപടി ഇങ്ങനെയായിരുന്നു: 'ഞാനത് ഒരിയ്ക്കലും വിശദീകരിക്കില്ല. അത് ടാറാൻടിനോ രീതിയിലുള്ള അക്ഷരക്രമമാണ്'

ഉവ്വ്, ടറാൻടിനോയ്ക്ക് തന്റേതായ ഒരു രീതിയുണ്ട്. അങ്ങനെയൊരു രീതിയുണ്ടാവുകയെന്നത് വളരെ പ്രധാനവുമാണ്.

കഥയുടെ വൻകര

സൽമാൻ റുഷ്ദി മച്ചാഡോ ഡി അസ്സിസി (Machado De Assis) ന്റെ രചനകളിൽ കണ്ടെത്തിയത് തലയോട്ടികളെപ്പോലും ചിരിപ്പിക്കാൻ പോന്ന നർമ്മമാണ്. ജോവാക്കിം മരിയാ മച്ചാഡോ ഡി അസ്സിസ്(1839 -1908)തന്റെ ജീവിതകാലത്ത് വേണ്ടവിധത്തിൽ പരിഗണിക്കപ്പെട്ടില്ലെങ്കിലും പിന്നീട് ബ്രസീലിയൻ എഴുത്തുകാരിൽ ഏറ്റവും ശ്രേഷ്ഠമായ വ്യക്തിത്വമെന്ന അംഗീകാരം നേടി. റിയോ ഡി ജനീറോയിൽ നിന്ന് ഒരിക്കലും പുറത്തുപോകാതെ ആ ഇത്തിരി വട്ടത്തിൽ ജീവിക്കുകയും മൃതിയടയുകയും ചെയ്ത മച്ചാഡോ ബ്രസീലിനു വെളിയിൽ അറിയപ്പെട്ടു തുടങ്ങിയത് വളരെ വൈകിയാണ്. സമകാലീനരായ ഫ്രഞ്ച് എഴുത്തുകാരെയോ റഷ്യൻ എഴുത്തുകാരെയോപോലെ പരിഭാഷയുടെ ആനുകൂല്യം മച്ചാഡോയ്ക്ക് ആദ്യമൊന്നും കിട്ടുകയുണ്ടായില്ല. കാലം ചെന്നിട്ടായാലും ഈ എഴുത്തുകാരന്റെ സാഹിത്യപരമായ പ്രഭാവം ദേശീയതയുടെയും ഭാഷയുടെയും അതിരുകളെ ഭേദിക്കുകതന്നെ ചെയ്തു. എഡ്ഗാർ അലൻ പോ,ഫ്ളോബർ,തോമസ് ഹാർഡി,ഗോഗൾ,മോപ്പസാങ്, ഹെൻറി ജെയിംസ് തുടങ്ങിയ എഴുത്തുകാർക്കൊപ്പം നിർത്തിയിട്ടുണ്ട് മച്ചാഡോയെ പല വിമർശകരും. കാർലോസ് ഫ്യുയെന്റസ്സും സൂസൻ സൊണ്ടാഗും വൂഡി അലനും മച്ചാഡോയുടെ രചനകളെ പ്രകീർത്തിച്ചിട്ടുണ്ട്; റുഷ്ദിക്കുപുറമെ. കാലത്തെ മറികടന്ന് മച്ചാഡോ പ്രഭാവം ഇന്നും നിലനിൽക്കുന്നു. കാലത്തിനപ്പുറം കാണുന്ന കണ്ണുകളോടെ മച്ചാഡോ എഴുതിയ Epitaph of a Small Winner(1880),pholosopher or Dog? (1891), Dom Casmurro(1900)തുടങ്ങിയ നോവലുകളും നർമ്മരസപ്രധാനമായ കഥകളും വായനക്കാരെ ഇന്നും ആകർഷിക്കുന്നു.

മച്ചാഡോയുടെ A chapter of Hats എന്ന കഥാസമാഹാരമാണ് എന്റെ മുന്നിലുള്ളത്. പോർച്ചുഗീസിൽനിന്ന് ജോൺ ഗ്ലൈഡ്സൺ ഇംഗ്ലീഷി

ലേയ്ക്കു പരിഭാഷപ്പെടുത്തിയ ഇരുപത് കഥകൾ. ഉല്പത്തി പുസ്തകത്തിലെ മൂന്ന് അപ്രകാശിത അധ്യായങ്ങളായ ആദ്യകഥ(In the Ark : Three Unpublished chapters of Genesis) നാല്പതുരാവും നാല്പതു പകലും പെയ്ത മഴയിലുണ്ടായ ജലപ്രളയത്തിൽ ദൈവകല്പനയനുസരിച്ചു നിർമ്മിച്ച പെട്ടകത്തിനുള്ളിൽ രക്ഷ തേടിയ നോഹയെയും മക്കളായ ശേമിനെയും ഹാമിനെയും യാഫേത്തിനെയും പുത്രഭാര്യമാരെയും ചിത്രീകരിക്കുന്നു. ആകാശത്തിൻ കീഴെങ്ങുമുള്ള ഉയർന്ന പർവ്വതങ്ങളൊക്കെയും മൂടിപ്പോയ നാളുകളിൽ പ്രളയപയോധിയിലൂടെ പെട്ടകം ഒഴുകവെ ജലത്തിലാണ്ട ഭൂമിയുടെ അവകാശത്തെച്ചൊല്ലി മക്കൾ കലഹിക്കുന്നതും ചോര ചീന്തുന്നതും കണ്ട് ദുഃഖിതനായ നോഹ മനംനൊന്ത് പറയുന്ന വാക്കുകൾ അവർക്കു ഗ്രഹിക്കാനാകുന്നില്ല. പത്തൊമ്പതാം നൂറ്റാണ്ടിലാകെ ബദ്ധവൈരികളായി കഴിഞ്ഞ തുർക്കിയുടെയും റഷ്യയുടെയും പരാമർശത്തിലൂടെ കഥ പുതിയ കാലത്തോളമെത്തുകയും പുതിയ അർത്ഥതലം നേടുകയും ചെയ്യുന്നു. ഒരു counter-parable എന്നു വിളിക്കാം ഇക്കഥയെ. പഴയ നിയമത്തിലെ അതേ ഭാഷ.

ബ്രസീലിലെ മനുഷ്യൻ മാത്രമല്ല, പൂവൻകോഴികളും പിടക്കോഴികളും എലികളും പട്ടികളും ജീവിതസംബന്ധിയായി തത്വവിചാരം നടത്തുന്ന കോവർകഴുതകളും കാളകളുമൊക്കെ മച്ചാഡോ കഥകളിലെ സജീവമായ സാന്നിധ്യമാണ്.അവയെല്ലാം വേർപെടുത്താനാകാത്തവിധം കഥകളുടെ അന്തരീക്ഷവുമായി ഇണങ്ങിനിൽക്കുന്നു. അടിമത്തം ബ്രസീലിൽ നിയമംമൂലം നിരോധിക്കപ്പെടുന്നതിന് (1888-ൽ)മുമ്പുള്ള കാലം ആവിഷ്കൃതമാകുന്ന കഥകളിൽ അടിമകളുമുണ്ട്. 'കണ്ണാടി : മനുഷ്യാത്മാവിനെക്കുറിച്ചുള്ള ഒരു പുതിയ സിദ്ധാന്തത്തിന്റെ രൂപരേഖ' (The Mirror: A sketch for a New Theory of the Human Soul)എന്ന കഥയിൽ അടിമകൾ മുഴുവനും രായ്ക്കുരാമാനം പലായനം ചെയ്തപ്പോൾ

ചെക്കോവ്

മോപ്പസാങ്

ഗോഗൾ

വലിയൊരു കൃഷിയിടത്തിൽ തനിച്ചായ ജക്കോബിനയെന്ന സബ് ലെഫ്റ്റനന്റിന്റെ ഏകാന്തതയും ഭ്രമകല്പനകളും മനുഷ്യസ്വത്വത്തെ സംബന്ധിച്ച കൗതുകകരമായ പര്യാലോചനകളുമാണ്. കഥ പറച്ചിലെന്ന കലയുടെ ശക്തി വിശേഷം നിറഞ്ഞ പല അടരുകളുള്ള ഈ കഥ ഒരർത്ഥ ത്തിൽ ഗോഗളിന്റെ 'ഓവർകോട്ടി'ന്റെയും ദസ്തയേവ്സ്കിയുടെ 'അധോ തലത്തിൽ നിന്നുള്ള കുറിപ്പുകളു'ടെയും ബ്രസീലിയൻ പാഠഭേദമാണ്. കേൾവിക്കാരിൽ അനുക്രമം ജിജ്ഞാസ വളർത്തിക്കൊണ്ട് കഥ പറച്ചി ലുകാരനായ ജാക്കോബിന പ്രകടപ്പിക്കുന്ന ആഖ്യാനകൗശലം മച്ചാഡോ കഥകളിലെല്ലാം ഉള്ളതത്രേ. അനുഭവകഥനങ്ങളാണ് പലകഥകളും രൂപ ഘടനയിൽ. ഒരു പശ്ചാത്തലവും ചില കഥാപാത്രങ്ങളെയും അവതരി പ്പിച്ചശേഷം മറ്റൊരു കഥയിലേയ്ക്ക് അനുവാചകശ്രദ്ധ തിരിക്കുകയെന്ന പരിചരണരീതി അതിവിദഗ്ധമായി മച്ചാഡോ അവയിൽ സമന്വയിപ്പിക്കു ന്നു. 'കണ്ണാടി' കൂടാതെ An Alexandrian Tale,A Singular Occurrence, The Cynosure ofAll Eyes,Midnight Mass തുടങ്ങിയ കഥകളും ഈ ശ്രേണിയിലുള്ളവയാണ്.

ഒരു സങ്കരസന്തതിയായി (mulattoൂ) ഏറെക്കുറെ ദരിദ്രമായൊരു കുടും ബത്തിൽ പിറന്ന മച്ചാഡോ സമ്പന്നവും പരിഷ്കൃതവുമായ സമൂഹത്തിൽ ഇടം കണ്ടെത്തുന്നത് പോർച്ചുഗീസ് കവിയായ സുഹൃത്തിന്റെ സഹോദരി കരോളിന സേവ്യർ ഡി നൊവയിസിനെ ജീവിതസഖിയാക്കിയതോടെയാണ്. കരോളിന പ്രസവിച്ചില്ല. റിയോ ഡി ജനീറോയിൽ മക്കളില്ലാത്ത ഈ ദമ്പ തികൾ ശാന്തജീവിതം നയിച്ചു. കൃഷിമന്ത്രാലയത്തിലായിരുന്നു മച്ചാ ഡോയ്ക്കു ജോലി. ഔദ്യോഗിക കൃത്യനിർവഹണത്തിൽ മച്ചാഡോ കാട്ടിയ സമ്പൂർണ്ണമായ സമർപ്പണം പിന്നീടുവന്ന സർക്കാർ ഉദ്യോഗസ്ഥർക്കു നൽകിയത് ഒരു പുണ്യാളനെയാണ് (patron saint). 1897-ൽ ബ്രസീലിയൻ സാഹിത്യ അക്കാദമി രൂപീകൃതമായപ്പോൾ മച്ചാഡോ അതിന്റെ പ്രസി ഡന്റായി. അതുകൂടി പരിഗണിച്ചാവാം ലൂയി ഡി ബെർണിയർ (Louis de Bernieres) ഇങ്ങനെ പറഞ്ഞത്:"ശവസംസ്ക്കാരത്തിന് സർക്കാർ ബഹു മതി ലഭിച്ച ചുരുക്കം എഴുത്തുകാരിൽ ഒരാളെന്നതല്ല,അദ്ദേഹം യഥാർത്ഥ ത്തിൽ അതർഹിക്കുകയും ചെയ്തിരുന്നു."

ചെറുകഥയെന്ന ആഖ്യാനകല നമ്മൾ ഇന്നറിയുന്ന വിധത്തിൽ രൂപ പ്പെട്ടുവന്ന കാലത്താണ് മച്ചാഡോ എഴുതിയത്. മോപ്പസാങും ചെക്കോ വുമൊക്കെ വേറെ പാരിതോവസ്ഥകളിൽ തുടരെ എഴുതുന്നുണ്ടായിരു ന്നു. മോപ്പസാങിനെയോ ചെക്കോവിനെയോ മച്ചാഡോ വായിച്ചറിഞ്ഞ തിന് രേഖകളൊന്നുമില്ല. എന്നാൽ ഗോഗളിനെ അദ്ദേഹം താത്പര്യപൂർവ്വം

പിന്തുടർന്നിരുന്നു. ഗോഗളിന്റെ പ്രശസ്ത നോവൽ (Dead Souls) സൂക്ഷ്മമമായി പഠിക്കുകയും അതെക്കുറിച്ച് തന്റെയൊരു പത്രപംക്തിയിൽ വിശദമായി എഴുതുകയും ചെയ്തിട്ടുണ്ട്. മറ്റു നിരവധി കൃതികളുടെ സൂചനകൾ കഥകളിൽ അങ്ങിങ്ങ് കാണാം.

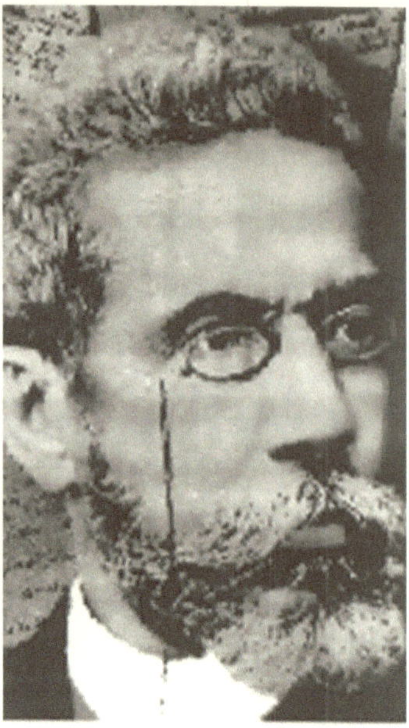

താൻ ഒന്നും കെട്ടിച്ചമച്ചതല്ല, എഴുതിയതത്രയും അത്യുക്തി കലരാത്ത സത്യങ്ങൾ എന്നതായിരുന്നു മച്ചാഡോയുടെ നിലപാട്. സത്യങ്ങൾ സനാതനമാണെന്നും മനുഷ്യനെന്നാൽ ഹ്രസ്വനിമിഷം മാത്രമാണെന്നും ഒരു കഥയിൽ (An Alexandrian Tale) മച്ചഡോ പറയുന്നു. ഉപരിവർഗ്ഗ ജീവിതത്തിന്റെ യാഥാർത്ഥ്യങ്ങൾ വിശകലനം ചെയ്യുന്നവയാണ് ഒട്ടേറെ കഥകൾ. സദാചാരപരതയും ലൈംഗികതയും ദമ്പതികൾക്കിടയിലെ വിശ്വാസലംഘനവും ലൈംഗിക അപഭ്രംശങ്ങളും മച്ചാഡോ അപഗ്രഥന വിധേയമാക്കിയിട്ടുണ്ട്. 'A chapter of Hats' ഈ വിഭാഗത്തിലെ ഏറ്റവും നല്ല ഉദാഹരണമാണ്. പഴഞ്ചൻ തൊപ്പി ധരിക്കുന്ന ഭർത്താവിനോടുള്ള നീരസം മരിയാനയെന്ന നായികയെ നയിക്കുന്നത് മടുപ്പിക്കുന്ന കൂടിക്കാഴ്ചകളിലേയ്ക്കും ആരവങ്ങളിലേയ്ക്കും വ്യഭിചാരത്തിന്റെ സാധ്യതയിലേക്കുമാണ്. എന്നാൽ കഥ തീരുമ്പോൾ അവൾ മറ്റൊരു സ്ത്രീയായി മാറുന്നു. തന്നെ സന്തോഷിപ്പിക്കാനായി പുതിയൊരു തൊപ്പി ധരിച്ചെത്തുന്ന ഭർത്താവിനെ കരവലയത്തിൽ ഒതുക്കിയശേഷം അവൾ പറയുന്നത് അയാൾക്ക് പഴയതൊപ്പിതന്നെ മതിയെന്നാണ്. ഒന്നാന്തരമൊരു കഥ.

മച്ചാഡോ നിലനിന്നിരുന്നില്ലെങ്കിൽ കണ്ടെത്തുക പ്രയാസമായേനെ എന്ന അസാധാരണമായൊരു നിരീക്ഷണം (If Machado hadn't existed, it would have been very difficult to invent him) പരിഭാഷകൻ തന്റെ ആമുഖക്കുറിപ്പിൽ നടത്തിയിട്ടുണ്ട്. മച്ചാഡോ സർവ്വൈശ്വര്യങ്ങളോടും നിലനിൽക്കുന്നുവെന്നതുകൊണ്ട് വായനക്കാർക്ക് അദ്ദേഹത്തെ കണ്ടെത്തുക വളരെ എളുപ്പമത്രെ.

നോക്കൂ, മനുഷ്യർ ഇങ്ങനെയൊക്കെയാണ്

മൂർത്ത യാഥാർത്ഥ്യങ്ങളുടെ ആഖ്യാനങ്ങളായിരുന്നു ചലച്ചിത്രമാധ്യമത്തിലേയ്ക്കായി ലോഹിതദാസ് സങ്കല്പിച്ച കഥകളത്രയും. അവയൊന്നും സാങ്കേതികാർത്ഥത്തിൽ എഴുതപെട്ടവയല്ല.ഓരോ കഥയും സങ്കല്പമായിരുന്നു. അതിവാചാലമായും ദീർഘമായും സാംഗോപാംഗമായും കഥകൾ പറഞ്ഞു കേൾപ്പിക്കുകയെന്നത് ലോഹിതദാസിന്റെ രീതിയായിരുന്നില്ല. നേരിയ ഒരു കഥാതന്തു; അതല്ലെങ്കിൽ ഒരാശയം; അങ്ങനെയാവാം തുടക്കം. അതു പിന്നീട് പരിണാമപ്രക്രിയയിലൂടെ തിരക്കഥയാകുമ്പോൾ വലുതും ചെറുതുമായ കഥാപാത്രങ്ങളിലൂടെയും ശോകാർദ്രവും ഹാസ്യാത്മകവും സ്തോഭജനകവുമായ സന്ദർഭങ്ങളിലൂടെയും അപ്രതീക്ഷിത ഗതിവ്യതിയാനങ്ങളിലൂടെയും നിർമ്മമവും അതിനിശിതവുമായ മാനസികാപഗ്രഥനത്തിലൂടെയും സൂക്ഷ്മമായ സാമൂഹിക വിശകലനത്തിലൂടെയും നേടിയെടുക്കുന്ന പരിപൂർണ്ണത വിസ്മയകരമായിരുന്നു. അതീവ ഹ്രസ്വമെന്നു തോന്നാവുന്ന കഥാതന്തുവിന്റെയോ ആശയത്തിന്റെയോ ദൃഢവും പക്വവുമായ ഘടന രചയിതാവിന്റെ മനസ്സിൽ മുമ്പേ ഉണ്ടായിരുന്നുവെന്ന് ഓരോ തിരക്കഥയും സാക്ഷ്യപ്പെടുത്തുന്നു.

കഥകൾകൊണ്ട് സമ്പന്നമായിരുന്നു ലോഹിതദാസിന്റെ മനസ്സ്. ചുറ്റുപാടുമുള്ള ചലനങ്ങളോരോന്നും, ഏറ്റവും സൂക്ഷ്മതലത്തിലുള്ളവപോലും, അത് അറിഞ്ഞിരുന്നു. സമൂഹത്തിന്റെ ഭിന്നശ്രേണികളിലുള്ള വ്യക്തികളുടെ പെരുമാറ്റരീതികളെക്കുറിച്ചുള്ള ലോഹിതദാസിന്റെ ധാരണകൾ കണിശമായിരുന്നു. ജീവിതസത്യങ്ങളുമായുള്ള നിരന്തരവും ഗാഢവുമായ സമ്പർക്കം എഴുത്തുകാർ ഏവർക്കും അവകാശപ്പെടാവുന്നതല്ല. ഉന്നതസമൂഹത്തിൽ സ്ഥാനം നേടിയവർ കീഴ്ത്തട്ടുകളിലെ അതിജീവന സംഘർഷങ്ങൾ തുടർന്നും അറിയണമെന്നില്ല. പക്ഷേ അവർ ചമയ്ക്കുന്ന

ഇതിവൃത്തങ്ങൾക്ക് കീഴ്ത്തട്ടുകളിലെ ജീവിതം പശ്ചാത്തലമായേക്കാം. യാഥാർത്ഥ്യവുമായുള്ള വിച്ഛേദനം അത്തരം ആഖ്യാനങ്ങളെ വ്യാജവും ആധികാരികത തീണ്ടാത്തതുമാക്കുന്നു. എന്നാൽ ലോഹിതദാസ് ഒരിക്കലും കേവലയാഥാർത്ഥ്യങ്ങളിൽനിന്ന് സ്വയം വേർപെടുത്തിയില്ല. കഥകളിലെ ഓരോ വാക്കും, വസ്തുതയും വിശ്വസനീയമായിരുന്നു. ഓരോ കഥാപാത്രത്തിനും ജീവൻ മാത്രമല്ല ആത്മാവും ഉണ്ടായിരുന്നു.

ഗ്രാമീണത സമർത്ഥമായി ആവഹിക്കുന്നവയാണ് ലോഹിതദാസിന്റെ കഥകൾ ഏറെയും. തനിയാവർത്തനവും കിരീടവും ജാതകവും ആധാരവും വെങ്കലവും ചകോരവും ഉദ്യാനപാലകനും സല്ലാപവും കാരുണ്യവും ഭൂതക്കണ്ണാടിയും വീണ്ടും ചില വീട്ടുകാര്യങ്ങളുമൊക്കെ സാധിച്ചത് ശുദ്ധഗ്രാമീണതയുടെ ആവാഹനമാണ്. എന്നാൽ ദശരഥമെന്ന ആഖ്യാനം വേറിട്ടതും പുതിയ കാലത്തെയും നാഗരികതയെയും തീവ്രമായി പ്രതിഫലിപ്പിക്കുന്നതുമായിരുന്നു. നാഗരിക ആഖ്യാനങ്ങൾ വേറെയുമുണ്ട്. ലോഹിതദാസ് ആത്യന്തികമായി വിശകലനം ചെയ്യാൻ തുനിഞ്ഞത്,പശ്ചാത്തലം ഏതുമാകട്ടെ,മനുഷ്യരെയും അതിസങ്കീർണ്ണമായ

ലോഹിതദാസ്

ജീവിതസമസ്യകളെയുമാണ്. അപ്രകാരം ചെയ്യുമ്പോൾ അവലംബിച്ച മാനദണ്ഡം വ്യവസ്ഥാനുരൂപമായിരുന്നില്ല. ഗ്രാമീണപശ്ചാത്തലത്തിൽ കഥ പറയുമ്പോഴും വ്യവസ്ഥാനുരൂപമല്ലാത്ത (Conventional)ഘടനയായിരുന്നു ഓരോന്നിനും. ആദ്യരചനയായ തനിയാവർത്തനം തന്നെ ഇതിന്റെ മികച്ച മാതൃകയാണ്. അതിലെ സരളചിത്തനായ നായകനിലേക്ക് കൂർത്തൊടുങ്ങുന്ന ഹിംസാത്മകത അടിസ്ഥാനപരമായും ഗ്രാമീണമെന്നു വിശേഷിപ്പിക്കാവുന്നതത്രെ. ഒരു ബാഹ്യ ശക്തിയുടെയും ഇടപെടൽ ഇവിടെ സംഭവിക്കുന്നില്ല. നായകന്റെ അന്യഥാ ശാന്തമായ ജീവിതം തിക്തവും ഇരുണ്ടതുമാക്കുന്നത് അയാൾക്കു ചുറ്റുമുള്ളവർ തന്നെയാണ്. മനുഷ്യർ ദുഷിക്കുകയും ഏതു ഹീനകൃത്യവും അനുഷ്ഠിക്കാവുന്ന മനോനില പ്രാപിക്കുകയും ചെയ്യുന്ന ദാരുണമായ സാമൂഹികാവസ്ഥയാണ് ഈ കഥയിലൂടെ അവതീർണ്ണമാകുന്നത്. ആദിമധ്യാന്തപ്പൊരുത്തമുള്ള ഒരു കഥ ചലച്ചിത്രകൃതിയിൽ നിന്നു പ്രേക്ഷകർക്കു വായിച്ചെടുക്കാമെങ്കിലും ആഴത്തിലുള്ള സാമൂഹികവിശകലനമാണ് കഥാകാരൻ നിർവ്വഹിച്ചിരിക്കുന്നതെന്ന് അവർ പതുക്കെ മനസ്സിലാക്കുന്നു.

ഇനി ആധാരമെന്ന ചിത്രം നോക്കുക.മാനുഷികതയുടെ ഗാഢസ്പർശമുള്ള കഥയാണ് അതിന്റേത്. ഒരു നിർദ്ധനകുടുംബത്തിന്റെ ദൈന്യത പ്രബലരായ ബന്ധുക്കൾക്കൂടി ഉൾപ്പെട്ട ഒരു സമൂഹം ഹീനമായി ചൂഷണം ചെയ്യുന്നത് ഇതിൽ സസൂക്ഷ്മം വിവരിക്കപ്പെടുന്നു. മതത്തിന്റെ വേലിക്കെട്ടുകൾ തകർത്ത് യഥാർത്ഥമനുഷ്യൻ സാന്ത്വനവും സഹാനുഭൂതിയും ആഗ്രഹിക്കുന്ന ഒരാളുടെ നേർക്ക് കൈനീട്ടുന്നത് ഇവിടെ നാം കാണുന്നു. വിലയിടിഞ്ഞ പഴഞ്ചരക്കായ ആദർശത്തെ കഥാകാരൻ തേച്ചുമിനുക്കി വീണ്ടും സമൂഹമധ്യത്തിൽ ഉയർത്തിക്കാട്ടുകയാണ്; ഒരു ദൗത്യം ഏറ്റെടുത്തുകൊണ്ട്.നവോത്ഥാനമൂല്യങ്ങൾ ഏറെക്കുറെ പിൻവാങ്ങിക്കഴിഞ്ഞ ഒരു സമൂഹത്തിൽ ആദർശാത്മക നിലപാട് അവലംബിച്ച് ഗുണപാഠങ്ങളടങ്ങിയ കഥകൾ പറയുകയെന്ന നിയോഗമാണ് ലോഹിതദാസ് നിറവേറ്റിയത്. ലിബറൽ ഇടതുപക്ഷവീക്ഷണം അവയിലെല്ലാം അന്തർധാരയായുണ്ട്. കീഴാള ആഭിമുഖ്യവും മതവിരുദ്ധനിലപാടുകളും വിപ്ലവപരതയും കഥകളിൽ പ്രകടമാകുന്നത് ഒളിച്ചും പതുങ്ങിയുമല്ല. ഹിസ് ഹൈനസ് അബ്ദുള്ളയിലും ആധാരത്തിലും ഭൂതക്കണ്ണാടിയിലും സസ്നേഹത്തിലും ലോഹിതദാസ് ചെയ്തത് കപട മതാത്മകതയെ പാടെ നിരാകരിക്കുകയും ഉള്ളിൽ വാത്സല്യവും കാരുണ്യവും സംഗീതവും പ്രണയവും നിറഞ്ഞു കവിയുന്ന മനുഷ്യരെ ഉയരത്തിൽ പ്രതിഷ്ഠിക്കുകയുമാണ്. അതൊരു ദൃഢവിശ്വാസത്തിന്റെ പ്രഖ്യാപനമായിരുന്നു. മത

നിരപേക്ഷമായ മാനുഷികതയുടെ സ്പന്ദമുൾക്കൊള്ളുന്നവയായിരുന്നു ഈ കഥകളൊക്കെയും. തീക്ഷ്ണമായ സമ്മുഖീകരണം ഇവയിലൊക്കെയും സംഭവിക്കുന്നുണ്ട്. അന്തിമവിജയം മാനുഷികതയ്ക്കുതന്നെയാണ്. 'Man!How proud the word rings-MAN!' എന്ന വികാരനിർഭരമായ പരാമർശം(The Lower Depths: Maxim Gorky)കഥാകാരനെ ഏറെ സ്വാധീനിച്ചിരിക്കണം.

സ്വന്തം കഥാപാത്രങ്ങളോട് ലോഹിതദാസ് പുലർത്തിയിരുന്ന ആത്മബന്ധം അസദൃശമായിരുന്നു. അവരുടെ ഓരോ സവിശേഷതയും (traits) കാമനകളും പ്രതിസന്ധികളിൽ അവർ ഏങ്ങനെ പെരുമാറുമെന്നും സന്ദിഗ്ദ്ധമായ ഒരു ചോദ്യത്തോട് ഏതു വിധത്തിൽ പ്രതികരിക്കുമെന്നും നാലു വഴികൾ മുന്നിൽ തെളിയുമ്പോൾ ഏതു വഴിതെരെഞ്ഞെടുക്കുമെന്നും കഥാകാരന് കണിശമായും ബോധ്യമുണ്ടായിരുന്നു. നിത്യജീവിതം ഏറ്റവും സാധാരണക്കാരായ ആൾക്കാരുമായി ഇടപഴകിക്കൊണ്ടുള്ളതായിരുന്നതിനാൽ അത്തരം ജീവിതപശ്ചാത്തലമുള്ള കഥാപാത്രങ്ങൾക്കു രൂപം നൽകുമ്പോൾ കൂടുതൽ ഹൃദയലാഘവം അനുഭവിച്ചിരിക്കാം. വീണ്ടും ചില വീട്ടുകാര്യങ്ങളിൽ നെടുമുടിവേണുവും കുതിരവട്ടം പപ്പുവും അവതരിപ്പിച്ച കഥാപാത്രങ്ങൾ,കിരീടത്തിലെ അകമേ ഭീരുവെങ്കിലും ധീരനായ ചട്ടമ്പിയായി ഭാവിക്കുന്ന ഹൈദ്രോസ്,വാത്സല്യത്തിലെ നിർദ്ധനനും അശരണനുമായ അമ്മാവൻ, ജോക്കറിലെ വൃദ്ധനായ കോമാളി എന്നിങ്ങനെ ഉദാഹരണങ്ങൾ നിരവധിയുണ്ട്.

വിഗ്രഹഭഞ്ജനമെന്നത് ലോഹിതദാസിന്റെ കഥകളിൽ പല രൂപത്തിലാണ് വെളിപ്പെടുന്നത്. ഹൈന്ദവ രാജപരമ്പരയുടെ ഇങ്ങേയറ്റത്ത് ഒരു ഇസ്ലാം മതവിശ്വാസിയെ സ്ഥാപിക്കുന്നതും സവർണ്ണസമുദായത്തിലെ പെണ്ണ് ഒരു അന്യമതക്കാരന്റെ വിളികേൾക്കുന്നതുമൊക്കെ ചെങ്കോലിലെ അച്ഛൻ സ്വന്തം മകളുടെ ദല്ലാളായിത്തീരുന്ന സന്ദർഭവുമായി താരതമ്യപ്പെടുത്തുമ്പോൾ നിഷ്പ്രഭമായേക്കാം. സത്യം ഇത്രമേൽ അപ്രിയവും ക്രൂരമായി പ്രേക്ഷകർക്ക് മുമ്പൊരിക്കലും അനുഭവപ്പെട്ടിരിക്കില്ല. പിതൃബിംബം ഇവിടെ തകർന്നടിയുന്നു. ഒപ്പം കുടുംബമെന്ന സുഖദ സങ്കല്പവും ശിഥിലമാകുന്നു. ചേരുവകൾ ഒത്തിണങ്ങിയ കുടുംബചിത്രങ്ങൾ പ്രദാനം ചെയ്യുന്ന വ്യാജമായ സ്വൈരാനുഭവത്തെ നിഷ്ക്കരുണം നിരാകരിച്ചുകൊണ്ട് ഒരു കടുത്ത യാഥാർത്ഥ്യത്തെ പകരമായി ആവിഷ്ക്കരിക്കുകയാണ് ലോഹിതദാസ്. കഥകളെ ഈ എഴുത്തുകാരൻ കണ്ടിരുന്നത് യാഥാർത്ഥ്യത്തിന്റെ പ്രതിഷ്ഠാപനം എന്ന നിലയ്ക്കു തന്നെയാണ്.

മറ്റുള്ളവർക്ക് തികച്ചും അസാധാരണമെന്നുതോന്നുന്ന ജീവിതാവസ്ഥ

കളിൽ നിന്നുപോലും കഥകൾ കണ്ടെടുത്തിരുന്ന ലോഹിതദാസ് ഉറച്ച് വിശ്വസിച്ചിരുന്നത് കഥകൾക്ക് ഒരിക്കലും ക്ഷാമമില്ലെന്നും ജീവിതമുള്ളിടത്ത് എല്ലായ്പ്പോഴും കഥകളും ഉണ്ടാകുമെന്നാണ്. ചുറ്റിലും ഇരമ്പുന്ന ജീവിതസാഗരം. അതിൽനിന്ന് തരംഗങ്ങൾപോലെ കഥകൾ എഴുത്തുകാരന്റെ മനസ്സിലേയ്ക്കു നിരന്തരം വന്നുകൊണ്ടേയിരിക്കുന്നു. അതുകൊണ്ടുതന്നെ കഥ പറയാൻ ആരെങ്കിലും ആവശ്യപ്പെട്ടാൽ ഒന്നിനുപിറകെ മറ്റൊന്നായി പല കഥകൾ പറഞ്ഞുകേൾപ്പിക്കാൻ ലോഹിതദാസിന് കഴിയുമായിരുന്നു.

ഒരു പെയിന്റിംഗിന്,ഒരു കഥയ്ക്ക്,ഒരു പാട്ടിന്,കാലത്തിന്റെ സമുദ്രത്തിലൂടെ ഒരു ലൈഫ്ബോട്ട് കണക്കെ ഒഴുകാൻ കഴിയുമെന്ന് ബുക്കർ പ്രൈസ് ജേതാവായ യാൻ മാർട്ടിൽ(Life of Pie യുടെ രചയിതാവ്)പറയുകയുണ്ടായി. ലോഹിതദാസിന്റെ കഥകൾ അങ്ങനെ ഒഴുകുന്നവയാണ്. സമയപ്രവാഹത്തിനു മുകളിലൂടെ ലൈഫ്ബോട്ടുകൾപോലെ അവ ഒഴുകുന്നു. അവയിലൊക്കെയും ജീവിതത്തെ സംബന്ധിച്ച സാരവത്തായ ഉൾക്കാഴ്ചകളുണ്ട്; പാഠങ്ങളുണ്ട്; സന്ദേശങ്ങളും.

എല്ലാമേ കല്ലുതാൻ

ടാക്സിഡ്രൈവർ ആറുമുഖം ഒമ്പതുമണിക്കുതന്നെ വാഹനവുമായി എത്തി. നെറ്റിയിൽ ചന്ദനവും കുങ്കുമവും തൊട്ട അയാൾ ഇറങ്ങിയപാടെ നടത്തിയത് നിർവ്യാജമായ ക്ഷമാപണമാണ്. മകൾക്ക് അത്യാവശ്യമായി ഒരിടംവരെ പോകാനുള്ളതുകൊണ്ട് അയാൾ മറ്റൊരു ടാക്സി ഏർപ്പാട് ചെയ്ത് വന്നിരിക്കയാണ്. തലേന്ന് സംസാരിച്ചുറപ്പിച്ച അതേ വ്യവസ്ഥ കൾ. കൂടെയുള്ള ഡ്രൈവറുടെ പേര് നല്ലപെരുമാൾ.

ആറുമുഖത്തിന്റെയത്രയും പ്രായമില്ല നല്ലപെരുമാളിന്. സ്ഥൂലശരീ രം. ശൂന്യമായ നെറ്റിത്തടം. പുറമെയുള്ള ലോകവുമായി എന്തോ തന്നെ അകറ്റുന്നുവെന്നതുപോലുള്ള ഭാവമാണ് മുഖത്ത്. ഒരുപക്ഷേ ചെന്നൈ അതിന്റെ എണ്ണമറ്റ പാതകളിലൂടെ പഴഞ്ചൻ ടാക്സിയോടിച്ച് ജീവിക്കുന്ന ഈ മനുഷ്യന് നൽകിയിരിക്കുക ഒട്ടും പ്രസാദാത്മകമല്ലാത്ത അനുഭവ ങ്ങളാവും. ശരി. ആറുമുഖം യാത്ര പറഞ്ഞ് പിൻവാങ്ങി. നല്ലപെരു മാൾ ഡ്രൈവിംഗ് സീറ്റിൽ ഉപവിഷ്ടനായി.

എഗ്മോറിൽനിന്ന് തിരുവൺമിയൂരും അഡയാറും ഇഞ്ചംബക്കവും താണ്ടി ഈസ്റ്റ് കോസ്റ്റ് റോഡിലൂടെ മഹാബലിപുരം വരെയുള്ള യാത്ര. നിരത്തിലും ട്രാഫിക് സിഗ്നലുകളിലും കണ്ണുനട്ട് നിസ്സംഗനായി നല്ല പെരുമാൾ. കലാക്ഷേത്രയെക്കുറിച്ച് ചോദിച്ചപ്പോൾ അയാൾക്ക് യാതൊരു ഭാവഭേദവും ഉണ്ടായില്ല. വിലയും നിലയുമില്ലാതിരുന്ന ഭാരതീയ നൃത്ത രൂപങ്ങളെ പുനരുജ്ജീവിപ്പിക്കാനായി 1936 ൽ രുക്മിണിദേവി അരുണ്ഡേൽ സ്ഥാപിച്ച കലാക്ഷേത്രയുടെ നൂറേക്കർ വിസ്തൃതിയിലൊരിടത്ത് പടർന്നുപന്തലിച്ചൊരു മരത്തിന് ചുവട്ടിലിരുന്ന് എം.ഡി. രാമനാഥൻ മൂന്ന് ശിഷ്യകളെ സംഗീതമഭ്യസിപ്പിക്കുന്ന ബ്ലാക്ക് ആന്റ് വൈറ്റ് ഫോട്ടോ ഒരു ഇംഗ്ലീഷ് ദിനപത്രം അതിന്റെ മെട്രോപ്ളസ്സിൽ പുനഃപ്രസിദ്ധീകരി

ച്ചിരുന്നു രണ്ടുനാൾമുമ്പ്. നല്ലപെരുമാൾ തീർച്ചയായും അത് കണ്ടിരിക്കില്ല. തിയോസഫിക്കൽ സൊസൈറ്റി കാമ്പസോ, രുക്മിണിദേവി അരുണ്ടേലോ, കലാക്ഷേത്രയോ അയാളുടെ ഗൃഹാതുരത്വമല്ല.

ക്ലാസ്സുകൾ തുടങ്ങാനിരിക്കുന്നതേ ഉള്ളൂ. അവധിക്കാലം അവസാനിച്ചിട്ടില്ല. വായ്ത്താരികളും പദവിന്യാസങ്ങളുമില്ലാതെ കലാക്ഷേത്ര മൂകമാണ്. സമൃദ്ധമായ പച്ചപ്പുകളിൽ കാറ്റ് വീശുന്നു.

നല്ലപെരുമാൾ കാർ പിറകോട്ട് തിരിച്ച് പിന്നെയും നിരത്തിലേയ്ക്കിറങ്ങി. വഴിയോരങ്ങളിലെങ്ങും വൃദ്ധനായ കരുണാനിധിയുടെയും മകൻ സ്റ്റാലിന്റെയും പോസ്റ്ററുകൾ, കട്ടൗട്ടുകൾ. ഉപമുഖ്യമന്ത്രിയാണെങ്കിലും അധികാരകേന്ദ്രം സ്റ്റാലിൻ തന്നെയാണെന്ന് അവയൊക്കെ വാചാലമായി വിളിച്ചോതുന്നു. അവയ്ക്കിടയിൽ മണിരത്നത്തിന്റെ പുതിയ ചിത്രമായ രാവണന്റെ പോസ്റ്ററുകൾപോലും ഞെരുങ്ങുന്നു. സിങ്കം, പെൺസിങ്കം, ദ കരാട്ടെ കിഡ്, റോബിൻഹുഡ്, വിണ്ണൈ താണ്ടി വരുവായ തുടങ്ങിയ ചിത്രങ്ങളുടെ കാര്യം പറയാനുമില്ല.

എട്ടൊമ്പത് കിലോമീറ്റർ സഞ്ചരിച്ചിരിക്കണം. റോഡിന്റെ ഇടതുവശത്തായി കലാകാരഗ്രാമമായ ചോളമണ്ഡൽ. കടലിനോട് ചേർന്നുള്ള പത്തേക്കർ സ്ഥലത്ത് കെ.സി.എസ്. പണിക്കർ നാലുപതിറ്റാണ്ടുകൾക്കപ്പുറം യാഥാർത്ഥ്യമാക്കിയ കമ്മ്യൂൺ ഇന്ന് ശിഥിലമാണ്. അറുപത്തിയാറിൽ പണിക്കർക്കൊപ്പം ഇവിടെ പാർപ്പുറപ്പിച്ച കലാകാരന്മാർ മിക്കവരും പോയ്ക്കഴിഞ്ഞു; ചിലർ ഇങ്ങിനി വരാത്തവണ്ണം. പണിക്കർ ആഗ്രഹിച്ചതുപോലെ കലാകാരന്മാർ ഒരുമിച്ചു ജീവിക്കുകയും കലാസപര്യയിൽ ഏർപ്പെടുകയും ജയപരാജയങ്ങൾ പങ്കുവെയ്ക്കുകയും കൊമേഴ്സ്യൽ ഗാലറികളുടെ സമ്മർദ്ദത്തിനോ ചൂഷണത്തിനോ വിധേയരാകാതെ മികച്ച രചനകൾക്ക് ജന്മം നൽകുകയും ചെയ്ത ഗ്രാമം

കെ.സി.എസ്. പണിക്കർ

ഒരുപാട് മാറിയിരിക്കുന്നു. അതിന്റെ ആത്മാവ് എന്നോ വേർപിരിഞ്ഞു പോയി. മതിൽക്കെട്ടും ഗെയിറ്റുമുള്ള വസതികളിൽ അങ്ങിങ്ങ് ഒരു ശില്പമോ, പെയിന്റിംഗോ ഇപ്പോഴും ഉരുവം കൊള്ളുന്നുണ്ടാവാം. പക്ഷേ, സർഗ്ഗാത്മകമായ കൂട്ടായ്മ പുതിയ ചോളമണ്ഡലിന്റെ അഭിമാനമല്ല. ഇന്നിവിടെ വീടുകളുടെയും നിലത്തിന്റെയും അവകാശികളായി കലാ കാരന്മാരല്ലാത്തവരും നിരവധിയാണ്. കാലം കടന്നുപോയതോടെ കാഴ്ച പ്പാടുകളും മാറി. അപൂർവ്വമായി മാത്രമെത്തുന്ന സന്ദർശകർക്ക് മുമ്പാകെ അവശേഷിക്കുന്നത് നഷ്ടചൈതന്യത്തിന്റെ മങ്ങിയ കാഴ്ചകൾ. മഹ ത്തായ ഒരു സ്വപ്നം കാണുകയും വലിയ പ്രതീക്ഷകൾ വെച്ചുപുലർത്തു കയും ചെയ്ത കമ്മ്യൂണിന്റെ നായകൻ ഇനി മടങ്ങിവരില്ല. അദ്ദേഹ ത്തെക്കുറിച്ചുള്ള ഒരു കുറിപ്പ് പ്രശസ്ത ചിത്രകാരനായ കെ.ജി. സുബ്ര ഹ്മണ്യൻ അവസാനിപ്പിക്കുന്നതിങ്ങനെയാണ്: “The survival of this village intact, with the same spirit and perspective, will be a living monument to his vision”.

രുക്മിണിദേവി അരുണ്ഡേലോ

പാത നീണ്ടുപോകുന്നു, ചരിത്രത്തിലേയ്ക്ക്. ഗുപ്തരാജവംശത്തിന്റെ പതനത്തിനുശേഷം തെന്നിന്ത്യ വാണ പല്ലവർ ഒരു സുവർണ്ണകാലത്തിന്റെ സ്രഷ്ടാക്കളായിരുന്നു. നിരവധി മഹാകവികളും നാടകകൃത്തുക്കളും കലാകാരന്മാരും ശില്പികളും പണ്ഡിതരും സിദ്ധരും ചേർന്ന് ആ കാലത്തെ തേജോമയമാക്കി. കലയിലും വാസ്തുവിദ്യയിലും ദ്രവീഡിയൻ രീതിയുടെ ആവിഷ്ക്കാരം പല്ലവരുടെ നേട്ടങ്ങളിൽ ഏറ്റവും പ്രധാനപ്പെട്ടതായി ചരിത്രം ഘോഷിക്കുന്നു. മഹാബലിപുരത്തെ ശിലാക്ഷേത്രവും പഞ്ചരഥങ്ങളും കരിങ്കല്ലിൽ കൊത്തിയെടുത്ത ഗുഹകളും ഏകശിലാമണ്ഡപങ്ങളും വ്യത്യസ്തരൂപങ്ങളും അതിന്റെ ദൃഢനിദർശനങ്ങളായി ഇന്നും നിലകൊള്ളുന്നു. യുനെസ്കോയുടെ (UNESCO) വേൾഡ് ഹെറിറ്റേജ് സൈറ്റുകളിൽ ഒന്നെന്ന പരിഗണന മഹാബലിപുരത്തെ സംബന്ധിച്ച് അതിപ്രധാനമാണ്. ദേശത്തുനിന്നും വിദേശത്തുനിന്നും നിത്യേനയെത്തുന്ന വിനോദസഞ്ചാരികളെയും ചരിത്രവിദ്യാർത്ഥികളെയും വാസ്തുശില്പികളെയും ചിത്രകാരന്മാരെയും വിസ്മയപ്പെടുത്താൻ പോന്ന ഈടുവെയ്പുകളാണ് ഇവിടെയെങ്ങും. അവയ്ക്കപ്പുറത്തായി ഗാംഭീര്യമാർന്ന ബംഗാൾ ഉൾക്കടലും നിത്യമനോഹരമായ വെണ്മയുടെ അപാരതീരവും. നൂറ്റാണ്ടുകളുടെ പഴക്കമുള്ള ശിലാനിർമ്മിതികൾക്ക് കാവലെന്നോണം കാറ്റാടിമരങ്ങൾ.

ചോളമണ്ഡലിന് വന്നുപെട്ട ദുഃഖകരമായ പരിണതി മഹാബലിപുരത്തിനില്ല. പല്ലവകാലത്തുതുടങ്ങിയ ദ്രാവിഡശൈലിയിലുള്ള ശില്പകലയുടെ വരിഷ്ഠമായ പാരമ്പര്യം മഹാബലിപുരത്ത് ഇന്നും പുലരുന്നു. പേരറിയാത്ത പൂർവ്വികരുടെ പാത പിന്തുടർന്ന് കരിങ്കല്ലുകളിൽ കൊത്തുപണി ചെയ്യുന്ന നിരവധിപേരെ വഴിവക്കുകളിലായി കണ്ടുകിട്ടും. അവർ അനാദിയായ കാലത്തിലൂടെ ഒരു തുടർച്ച നിലനിർത്തുകയാണ്.

മഴ ചാറാൻ തുടങ്ങി. നല്ലപെരുമാൾ തിരികെപ്പോകാനുള്ള വ്യഗ്രതയിലായി. ഇടതുവശത്ത് നിരയായുള്ള കരിങ്കൽപ്പാറകൾ ചൂണ്ടിക്കാട്ടിയപ്പോൾ തീർത്തും ഉദാസീനനായി അയാൾ പേശി:

'അങ്കെ ഏതുവും ഇല്ലൈ. എല്ലാമേ കല്ലുതാൻ.'

എരിവെയിലിൽ തണലിനുപകരം എന്ത്?

ഇടയ്ക്ക് കുറച്ചുനാൾ എഗ്മോറിലെ മോൺടിയത്ത് റോഡിലുള്ള ഒരു ഫ്ളാറ്റിൽ താമസിക്കാനിടയായി. അഞ്ചാം നിലയിലാണ് ഫ്ളാറ്റ്. അതിന്റെ ബാൽക്കണിയിലേയ്ക്കുള്ള വാതിൽ തുറന്നാൽ കണ്ണുകളിലേയ്ക്കു വ രിക പച്ചയാണ്: വന്യമായി വളർന്ന വേപ്പുമരങ്ങളുടെ പച്ച.

തമിഴ്നാട്ടുകാർക്ക് പൊതുവെ വേപ്പുമരങ്ങളോട് എന്തെന്നില്ലാത്ത പ്രതിപത്തിയുണ്ട്. തമിഴ് നാടൻ ഊരുകളിലെങ്ങും വേപ്പുകൾ ഹൃദ്യ മായ സാന്നിദ്ധ്യമാണ്. കാറ്റുകൾ കടന്നുപോകുന്നത് അവയുടെ പല പല ശാഖകളിലെ അറ്റം കൂർത്തതും അരികുകൾ ദന്തുരവുമായ പത്ര കങ്ങളിലെയും തൊലിയിലെയും പൂക്കുലകളിലെയും ഔഷധഗുണമറി ഞ്ഞാണ്. ആയുർവേദത്തിൽ ചർമ്മരോഗങ്ങൾക്കും വാതത്തിനും രക്ത ശുദ്ധിയ്ക്കും പിത്തത്തിനും ഉദരകൃമിക്കും വിഷചികിത്സയ്ക്കും തീപ്പൊ ള്ളലിനുമൊക്കെ ഈ ദ്രുമങ്ങളുടെ ഇലകളും തൊലിയും വിത്തുകളും ഉപയോഗിച്ചുകൊണ്ടുള്ള പ്രതിവിധികളുണ്ട്.

ഊരുകളിൽ മാത്രമല്ല, അങ്ങേയറ്റം പരിഷ്കൃതമായ തലസ്ഥാനനഗ രിയിലും വേപ്പുകൾക്ക് മിത്രഭാവത്തിലുള്ള പരിഗണനയാണ്. നഗരത്തിൽ എവിടെയായിരുന്നാലും വീടിനോട് ചേർന്ന് ഒരല്പം സ്ഥലമുണ്ടെങ്കിൽ അവിടെയൊരു നിംബം നട്ടുവളർത്തുകയെന്നത് തമിഴ്മക്കളുടെ ശീലമാ ണ്. അതിന്റെ വളർച്ചയും നിലനിൽപും അവരെ ആനന്ദിപ്പിക്കുന്നു.

മോൺടിയത്ത് റോഡിന്റെ ഓരം ചേർന്നുള്ള സാമാന്യം വിസ്തൃത മായ തൊടിയിൽ ഉപേക്ഷിക്കപ്പെട്ട, പഴയ ഒരു എടുപ്പിന് ചുറ്റുമായാണ് വൃക്ഷങ്ങൾ വളർന്നുനിന്നിരുന്നത്. അവയിലാകെ അണ്ണാരക്കണ്ണന്മാരു ടെയും പലയിനം പക്ഷികളുടെയും സജീവത. നേരം വെളുത്ത് ബാൽക്ക

ണിയിൽ ചെന്നുനിന്നാൽ പലവിധത്തിലുള്ള ശബ്ദങ്ങളുടെ സിംഫണിയാണ്. കുയിലുകൾ ഒരുവശത്ത്. കാക്കകൾ വേറൊരു വശത്ത്. തത്തകളും മരംകൊത്തികളും മറ്റുചില ചില്ലകളിൽ. അണ്ണാന്മാരാണെങ്കിൽ ഓടിത്തിമിർക്കുകയാവും. ഇടയ്ക്കിടെ 'ചിൽ,ചിൽ' എന്ന ആരവം. പകൽനേരത്ത് പക്ഷികൾ ഇര തേടി പല വഴിയ്ക്ക് പോയാലും അണ്ണാന്മാർ അവിടെയൊക്കെത്തന്നെ കാണും. പഴയ മന്ദിരത്തിന്റെ കറുത്തിരുണ്ട ടെറസ്സിലും ജനാലകളുടെ പഴുതുകളിലും നരച്ച മഞ്ഞനിറത്തിലുള്ള ഭിത്തികളിലുമൊക്കെ അവ യഥേഷ്ടം വിഹരിക്കും. അവയുടെ കൂട്ടത്തിൽ നിന്ന് ഒരു ചെറിയ അണ്ണാൻ ഫ്ളാറ്റിന്റെ ബാൽക്കണിയിലേയ്ക്ക് നേരം കിട്ടുമ്പോഴൊക്കെ വന്നെത്തുമായിരുന്നു. കേബിൾ കണക്ഷന്റെ ശ്ളാകയിലൂടെയും തുണികൾ ഉണക്കാനിടുന്ന പ്ലാസ്റ്റിക് ചരടുകളിലൂടെയും അത് സഞ്ചരിക്കും. വാതിൽ തുറന്നുകിടക്കുകയാണെങ്കിൽ അതിലൂടെ കയറി കിടപ്പുമുറിയിലും സ്വീകരണമുറിയിലും അടുക്കളഭാഗത്തുമൊക്കെ ഒന്ന് ചുറ്റിയടിക്കും. ഉപദ്രവമൊന്നുമില്ല. കയ്യിലെടുക്കുന്നതിലോ, പുറം തടവുന്നതിലോ വിരോധമില്ല. അല്പനേരത്തിനുശേഷം വന്നതുപോലെയങ്ങുപോവുകയും ചെയ്യും. ആദ്യദിവസം തന്നെ ഞാനതിനോട് സ്നേഹം കൂടി. വേറൊരു ലോകത്തിന്റെ, വംശത്തിന്റെ പ്രതിനിധിയായാണ് ഞാനതിനെ കണ്ടത്. എന്തോ അത് വിനിമയം ചെയ്യാൻ ശ്രമിക്കുന്നതുപോലെ എനിക്ക് തോന്നാറുണ്ടായിരുന്നു. കഷ്ടം, മറ്റുജീവികളുടെ ഭാഷ പഠിക്കാനുള്ള കഴിവ് പഴങ്കഥകളുടെ കാലത്ത് എന്നോ മനുഷ്യന് നഷ്ടപ്പെട്ടുവല്ലോ.

വേപ്പുമരങ്ങളുടെ സമൃദ്ധമായ പച്ചയുടെയും കൗതുകകരമായ ഒരു സൗഹൃദത്തിന്റെയും ഓർമ്മയോടെ ചെന്നൈയിൽനിന്ന് മടങ്ങി ഏതാനും ദിവസങ്ങൾ കഴിഞ്ഞപ്പോൾ ഒരു സന്ദേശം: മോൺടിയത്ത് റോഡിന്റെ വക്കിലുള്ള പഴയ കെട്ടിടം ജെ.സി.ബി വന്ന് പൊളിച്ചുമാറ്റുകയാണ്.

പുതിയ യന്ത്രഭീമന് അത്രയൊന്നും അദ്ധ്വാനിക്കേണ്ടിവന്നില്ല. കെട്ടിടം നിലംപരിശായി. അതിന്റെ സ്ഥാനത്ത് അധികം വൈകാതെ പുതിയ കാലത്തിന് നിരക്കുന്ന ഒരു കെട്ടിടം ഉയർന്നുവരുമെന്നുറപ്പ്. അപ്പാർട്ട്മെന്റുകളുടെ ഒരു സമുച്ചയമാവാം. അതല്ലെങ്കിൽ ഒരു ഷോപ്പിംഗ് മാൾ. അതുമല്ലെങ്കിൽ ഐ.ടി. പ്രൊഫഷണലുകൾ ഊണും ഉറക്കവും വെടിഞ്ഞ് ജോലി ചെയ്യുന്ന ഒരു സ്ഥാപനം. നല്ലതുതന്നെ. ലോകം വളരുന്നു.

യന്ത്രഭീമൻ കർണ്ണാരുന്തുദമായ ശബ്ദഘോഷംകൊണ്ട് പക്ഷികളെയും അണ്ണാന്മാരെയും ഓന്തുകളെയുമൊക്കെ ഏറെ പീഡിപ്പിച്ചിട്ടുണ്ടാവാം. പിന്നീട് അവ സ്വസ്ഥത വീണ്ടെടുക്കുകയും ചെയ്തിരിക്കാം.

ഒന്നോ രണ്ടോ നാൾക്കകം ജോലി തീർത്ത് യന്ത്രഭീമൻ മടങ്ങിപ്പോയിരിക്കാം. മഹാനിംബങ്ങളിൽ വിചിത്രസിംഫണി പുനരാരംഭിച്ചിരിക്കാം. അങ്ങനെയൊക്കെ വിചാരിക്കുമ്പോഴാണ് അടുത്ത സന്ദേശം: മരങ്ങൾ ഒന്നൊന്നായി മുറിച്ചുവീഴ്ത്തപ്പെടുകയാണ്.

അതുകേട്ടതും മനസ്സൊന്ന് പിടഞ്ഞുപോയി.

അനേകമനേകം അണ്ണാരക്കണ്ണന്മാരും പക്ഷികളും വേറെ എന്തെല്ലാമോ ജീവികളും കരഞ്ഞാർക്കുന്നതുപോലെ.

ഇനി എവിടേയ്ക്കുപോകും അവ?

രാവിലെതോറും അവ കേൾപ്പിച്ചിരുന്ന മധുരസംഗീതത്തിനുപകരം എന്ത്? ഔഷധച്ചൂരുള്ള വേപ്പുവൃക്ഷങ്ങളുടെ ആശ്വാസദായകമായ പച്ചനിറത്തിനുപകരം എന്ത്? ഇലകളുടെയും ചില്ലകളുടെയും നിറഞ്ഞ സൗന്ദര്യത്തിനുപകരം എന്ത്? എരിവെയിലിൽ തണലിനുപകരം എന്ത്?

റബേക്ക

ഡാഫ്നെ ദു മോറിയറുടെ 'റബേക്ക' (Rabecca: Daphne du Maurier,1938) തുടങ്ങുന്നതിങ്ങനെയാണ്:

'വീണ്ടും മാൻഡെർലിയിലേയ്ക്കു പോയെന്ന് കഴിഞ്ഞരാത്രി ഞാൻ സ്വപ്നം കണ്ടു'.

ആൽഫ്രെഡ് ഹിച്ച്കോക്ക് രണ്ടുവർഷത്തിനുശേഷം ഹോളിവുഡ്ഡിലെ ദ സെൽസ്നിക്ക് സ്റ്റുഡിയോയ്ക്കുവേണ്ടി സംവിധാനം ചെയ്ത, നിർമ്മാതാവായ ഡേവിഡ് ഒ സെൽസ്നിക്കിന് മികച്ച ചിത്രത്തിനുള്ള ഓസ്കാർ നേടിക്കൊടുത്ത ചലച്ചിത്രാവിഷ്കാരം തുടങ്ങുന്നതും ഇതേ വാക്യത്തിൽ നിന്നുതന്നെ.

മാൻഡെർലി രഹസ്യങ്ങളുടെ വീടാണ്. അവിടേയ്ക്ക് ഒരിയ്ക്കൽക്കൂടി പോയെന്ന് സ്വപ്നം കാണുന്ന ആഖ്യാതാവ് പേരില്ലാത്ത ഒരു സ്ത്രീയാണ്. അവളുടെ മുന്നിൽ ആമപ്പൂട്ടും ചങ്ങലയുമായി ഇരുമ്പുഗെയിറ്റ് അടഞ്ഞുകിടന്നു. എന്നാൽ, എല്ലാ സ്വപ്നദർശികളെയും പോലെ, അലൗകികശക്തി കൈവരിച്ച് ഒരു പ്രേതാത്മാവെന്നോണം തടസ്സം ഭേദിച്ച് അവൾ കടന്നുപോകുന്നു. നോവലിൽനിന്ന് സിനിമയിലേയ്ക്കുവരുമ്പോൾ ഈ നീക്കം പ്രേക്ഷകർക്ക് നേരിൽ കാണാനാകുന്നു. ഇരുണ്ട നിഴലുകൾ കെട്ടുപിണഞ്ഞുകിടക്കുന്ന വഴിയ്ക്കിരുപുറവും നെടുങ്കൻമരങ്ങളും അവയെ ചുറ്റിവരിഞ്ഞ വള്ളികളും. ക്യാമറ പിന്നെ യും മുന്നോട്ടുനീങ്ങുമ്പോൾ നിഗൂഢതയാർന്ന മാൻഡെർലി പ്രത്യക്ഷമാകുന്നു. ഭഗ്നഭവനം. അതാണ് തന്റെ ചിത്രത്തിലെ ഏറ്റവും പ്രധാനപ്പെട്ട സാന്നിധ്യമെന്ന് ഹിച്ച്കോക്ക് നിരീക്ഷിച്ചിട്ടുണ്ട്.

നോവലിനും സിനിമയ്ക്കും സമാനഘടനയാണ്. രണ്ടുസ്ത്രീകൾ, ഒരു പുരുഷൻ, കടലോരത്തെ വലിയൊരു വീട്. രണ്ടുസ്ത്രീകളിൽ ഒരുവളായ റബേക്ക ജീവിച്ചിരിപ്പില്ല. മാൻഡെർലിയുടെ ഉടമയായ മാക്സിം ഡി വിന്റർ പുനർവിവാഹം ചെയ്യുന്ന സ്ത്രീയാണ് രണ്ടാമത്തേത്. അവളെ

ദു മോറിയർ സൃഷ്ടിച്ചിരിക്കുന്നത് സിൻഡറെല്ലയുടെ പ്രതിച്ഛായയിലാണ്. ദാക്ഷിണ്യമില്ലാത്ത, സ്ഥൂലശരീരിണിയായ ഒരു അമേരിക്കൻ വനിതയുടെ ശമ്പളം പറ്റുന്ന അകമ്പടിക്കാരിയായി മോൺടി കാർലോയിലെ കൊട്ടാരസദൃശമായ ഹോട്ടലിൽ കഴിയവെയാണ് തന്റെ ഇരട്ടി പ്രായമുള്ള മാക്സിം ഡി വിന്ററെ അവൾ കണ്ടുമുട്ടുന്നതും തികച്ചും അപ്രതീക്ഷിതമായ അയാളുടെ വിവാഹാഭ്യർത്ഥന ചെവിക്കൊള്ളുന്നതും. പിന്നെ അവൾ മിസ്സിസ് വിന്ററായിത്തീരുന്നു. മാതാപിതാക്കൾ മരിച്ചുപോയ നിർധനയുവതി പക്ഷേ, നിനച്ചിരിക്കാതെ കൈവന്ന സൗഭാഗ്യത്തിലും തന്റെ നില മറക്കുന്നില്ല. പ്രതാപൈശ്വര്യങ്ങളോടെയുള്ള മാൻഡെർലിയാണ് കോൺവാളിൽ അവളെ കാത്തുനിന്നിരുന്നത്. അലംകൃതമുറികൾ, ആചാരബദ്ധരായ അനേകം പരിചാരകർ, റോസാപുഷ്പതടം. കടലിൽനിന്ന് വീശിയെത്തുന്ന കാറ്റുകൾ.

ഗർഭിണിയായിരിക്കെ അപമൃത്യുവിനിരയായ റബേക്ക മാൻഡെർലി വിട്ട് എങ്ങും പോയിട്ടില്ലെന്ന് മിസ്സിസ് ഡി വിന്ററിന് അധികം വൈകാതെതന്നെ ബോധ്യപ്പെടുന്നു. പിന്നീട് സ്ത്രീത്വത്തിന്റെ വിഗ്രഹമായി റബേക്ക അവളുടെ മനസ്സിൽ ഇടം നേടുകയാണ്. താനല്ലാത്തതൊക്കെയുമായി അവൾ റബേക്കയെ സങ്കല്പിക്കുന്നു: അന്തസ്സുറ്റ ആതിഥേയ, എല്ലാം തികഞ്ഞ ലൈംഗികപങ്കാളി, കുലീനയായ പ്രഭ്വി, ഉത്തമ കുടുംബിനി.

ഡാഫ്നെ ദു മോറിയർ

റബേക്ക പ്രഭുമന്ദിരത്തിൽ മിസ്സിസ് ഡി വിന്റർ എന്ന ലോലമനസ്കയ്ക്ക് ഒരു പ്രതിയോഗിയാണെങ്കിലും അവൾ തന്റെയൊരു വന്യസ്വപ്നത്തിൽ (സ്വപ്നങ്ങൾ തുടക്കംമുതൽ അവസാനംവരെ നിരവധിയുണ്ട് നോവലിൽ) കാണുന്നത് താനും റബേക്കയും ഒരാളായി പരിണമിക്കുന്ന വിഭ്രാമകമായ കാഴ്ചയാണ്. കറുത്തുനീണ്ട മുടി (അത് റബേക്കയുടെതായിരുന്നു) ഡി വിന്ററിന്റെ കഴുത്തിൽ ഒരു കുടുക്കായി ചുറ്റിമുറുകുന്നതും അവൾ നടുക്കത്തോടെ കാണുന്നു. യഥാർത്ഥത്തിൽ അവൾക്ക് റബേക്കയുമായി സാജാത്യങ്ങളില്ല. റബേക്ക തന്റേടിയാണ്. കലഹപ്രിയയാണ്. സ്വന്തം ലൈംഗികതയിൽ ഊറ്റം കൊള്ളുന്നവളാണ്. സമൂഹം അടിച്ചേല്പിക്കുന്ന സദാചാരസങ്കല്പങ്ങളെ നിരാകരിക്കുന്നവളാണ്. മിസ്സിസ് ഡി വിന്ററാകട്ടെ, ചെറിയൊരളവിൽപോലും ധൈര്യശാലിനിയല്ല. സ്നേഹം പ്രകടിപ്പിക്കാനറിയാത്ത ഭർത്താവിന് പൂർണ്ണമായും കീഴടങ്ങിയുള്ള ജീവിതമാണ് അവൾ വരിക്കുന്നത്. കുറ്റവാളിയെന്ന് സ്വയം ഏറ്റുപറയുന്ന ഭർത്താവിനൊപ്പമാണ് അവൾ. അയാളെ സ്നേഹിക്കുകയും ആശ്വസിപ്പിക്കുകയുമാണ് തന്റെ ചുമതലയെന്ന് അവൾ വിശ്വസിക്കുന്നു. അവൾക്ക് ഒരിക്കലും റബേക്കയാവാൻ കഴിയില്ല.

തന്റെതന്നെ ദ്വന്ദ്വഭാവങ്ങളാണ് ഡാഫ്നെ ദു മോറിയർ രണ്ടുനായികമാരിൽ സന്നിവേശിപ്പിച്ചതെന്ന് വേണം കരുതാൻ. സ്വന്തം ലജ്ജാശീലവും സാമൂഹിക അപടുത്വവും മിസ്സിസ് ഡി വിന്ററിൽ. സ്വാതന്ത്ര്യവാഞ്ഛയും കടലിനോടുള്ള സ്നേഹവും നാവികവൈഭവവും ലൈംഗിക നിർഭയതയും ഉഭയലൈംഗികതയും റബേക്കയിൽ. ഇരുപത്തൊന്ന് വയസ്സിനുമുമ്പ് പല പ്രണയബന്ധങ്ങളിലേർപ്പെട്ട (അവയിലൊന്ന് സ്വവർഗ്ഗാനുരാഗമായിരുന്നു) ദു മോറിയർ വിവാഹം ചെയ്തത് ഇംഗ്ലണ്ടിലെ ഏറ്റവും വരേണ്യമായ ഒരു റജിമെന്റിലെ അങ്ങേയറ്റം പാരമ്പര്യനിഷ്ഠയുള്ള ഫ്രെഡറിക് ബ്രൗണിംഗ് എന്ന സൈനികനെയാണ്. വിവാഹത്തിനുമുമ്പായി കിടക്ക പങ്കിടാനുള്ള ദു മോറിയറിന്റെ നിർദ്ദേശം കേട്ട് ബ്രൗണിംഗ് നടുങ്ങുകയുണ്ടായി. കടിഞ്ഞൂൽപ്രസവത്തിനുശേഷം ഈജിപ്തിലേയ്ക്ക് ബ്രൗണിംഗിനെ അനുഗമിച്ച ദു മോറിയർ അലക്സാണ്ട്രിയയിലെ കൊടുംചൂടുള്ള ഒരു വേനൽക്കാലത്താണ് 'റബേക്ക' എഴുതിത്തുടങ്ങിയത്. അപ്പോൾ രണ്ടാമതും ഗർഭവതിയായിരുന്നു ദു മോറിയർ. ഗർഭക്ലേശങ്ങളിലും തീവ്രഗൃഹാതുരത്വത്തിലും അലക്സാണ്ട്രിയയോടുള്ള വെറുപ്പിലും ഉയിർക്കൊണ്ട റബേക്ക അതിന്റെ രചയിതാവിന് നൽകിയത് സാഹിത്യത്തിൽ ചിരപ്രതിഷ്ഠയാണ്.

റബേക്കയ്ക്ക് മുമ്പായി ഹിച്ച്കോക്ക് ഡാഫ്നെ ദു മോറിയറുടെ

'റബേക്ക'യിൽനിന്ന്

മറ്റൊരു നോവലായ 'ജമൈക്ക ഇൻ' (Jamaica Inn, 1939) ചിത്രീകരിക്കുകയുണ്ടായി. അതുകഴിഞ്ഞ് അദ്ദേഹം ബ്രിട്ടീഷ് ചലച്ചിത്രവേദി ഉപേക്ഷിച്ച് ഹോളിവുഡ്ഡിലേയ്ക്ക് കുടിയേറുകയും നിർമ്മാതാവായ ഡേവിഡ് ഒ സെൽസ്നിക്കുമായി ഏഴുവർഷം ദൈർഘ്യമുള്ളൊരു കരാറിൽ ഒപ്പുവെയ്ക്കുകയും ചെയ്തു. ഹിച്ച്കോക്കിന്റെ ആദ്യഹോളിവുഡ് ചിത്രമാണ് റബേക്ക. ലോറൻസ് ഒലീവിയറായിരുന്നു മാക്സിമിന്റെ വേഷത്തിൽ. മിസ്സിസ് ഡി വിന്ററായി ജൊവാൻ ഫൊൺടെയ്നും.

റബേക്ക മികച്ച ചിത്രത്തിനുള്ള ഓസ്കാർ ബഹുമതിയ്ക്ക് അർഹമായെങ്കിലും മികച്ച സംവിധായകനായി ഹിച്ച്കോക്ക് തെരഞ്ഞെടുക്കപ്പെട്ടില്ല. പിന്നീടും പലതവണ നോമിനേഷൻ ലഭിച്ചിട്ടും ആ ബഹുമതി ഹിച്ച്കോക്കിന് അപ്രാപ്യമായിത്തന്നെ നിന്നു. റബേക്കയെ തുടർന്ന് സംവിധാനം ചെയ്ത 'Suspicion' (1941) ജൊവാൻ ഫൊൺടെയ്ന് മികച്ച നടിക്കുള്ള അക്കാദമി അംഗീകാരം നേടിക്കൊടുത്തു. ഹിച്ച്കോക്ക് ചിത്രങ്ങളിൽ അഭിനയത്തിന് ലഭിച്ച ഒരേയൊരു ഓസ്കാർ ബഹുമതി ഇതാണ്.

അഗതാ ക്രിസ്റ്റിയുടെ അപസർപ്പകനോവലുകളെ തണുപ്പൻ പ്രഹേളികകളായി കരുതിയ ഹിച്ച്കോക്കിന് ഒരെഴുത്തുകാരിയെന്ന നിലയിൽ

ഡാഫ്നെ ദു മോറിയറെ വലിയ മതിപ്പായിരുന്നു. ഹിച്ച്കോക്കിന്റെ പ്രധാനചിത്രങ്ങളിലൊന്നായ ' The Birds' (1961) അവലംബിക്കുന്നതും ദു മോറിയറുടെ ഒരു കഥയെയാണ്. ഒരു ജനപ്രിയ എഴുത്തുകാരിയായിരിക്കെത്തന്നെ സാഹിത്യത്തിലെ വർഗ്ഗീകരണത്തെ വിജയകരമായി തിരസ്കരിക്കാൻ ദു മോറിയറിന് കഴിഞ്ഞുവെന്നതിന്റെ മൂർത്ത ദൃഷ്ടാന്തങ്ങളാണ് റബേക്കയുൾപ്പടെയുള്ള രചനകളൊക്കെയും. അവയ്ക്കൊപ്പം 1989 വരെ ദു മോറിയർ കോൺവാളിൽ ഉണ്ടായിരുന്നു :ലേഡി ബ്രൗണിംഗ്, വിലക്കുകൾക്കൊന്നും വഴങ്ങാത്ത എഴുത്തുകാരി എന്നിങ്ങനെ ദ്വന്ദ്വവ്യക്തിത്വം പുലർത്തിക്കൊണ്ട്.

സ്റ്റെയിംഗ് എലൈവ്

ബർ ദുബായ് ഒരു വേനൽക്കാലരാത്രിയിലേയ്ക്ക്. ചൂടുതിരകൾ കണക്കെ വീശിക്കൊണ്ടിരുന്ന കാറ്റുകൾ ശമിച്ചുകഴിഞ്ഞു. സന്ധ്യയോടെ തുറന്നു പ്രവർത്തിക്കുന്ന ലെബനീസ് റസ്റ്റോറന്റുകളും ഷവർമ സ്റ്റാളുകളും സജീവമായിത്തുടങ്ങി. അന്യനഗരങ്ങളിൽ നിന്ന് പകൽജോലിക്കെത്തിയവർ സ്വന്തം വാഹനങ്ങളിൽ തിരിച്ചുപോകുന്നതിന്റെ തിരക്ക് പ്രധാന വീഥികളിൽ. കടലിന്റെയും മണൽപ്പരപ്പിന്റെയും പാർശ്വഭൂമികളിലായി വെളിച്ചം പകർന്നുകൊണ്ട് എണ്ണമറ്റ ആലക്തിക ദീപങ്ങൾ.

കടന്നുപോയ പകലിന്റെ ചൂട് നഗരത്തെയാകെ കടുത്ത ആലസ്യത്തിലാഴ്ത്താൻ പോന്നതായിരുന്നു. പക്ഷേ ചില കോണുകളെ അത് സ്പർശിച്ചതേ ഇല്ല. പകൽവെളിച്ചം പതുക്കെപ്പതുക്കെ മങ്ങിയതോടെ അത്തരം ഇടങ്ങൾ മോഹനിദ്രയിൽ നിന്നെന്നോണം ഉണരുകയാണ്. ഇമ്പീരിയൽ സ്യൂട്ട്സിലെ ഡാൻസ് ബാറുകൾ സന്ദർശകർക്കായി വാതിലുകൾ തുറക്കുകയായി.

മൂന്നുതരം ഡാൻസ് ബാറുകളുണ്ട്. ആദ്യത്തേത് ദക്ഷിണേന്ത്യൻ ചലച്ചിത്രഗാനങ്ങൾക്കനുസൃതമായുള്ള ശരീരചലനങ്ങൾ ശീലിച്ച നർത്തകികളുടേതാണ്. മലയാളം, തമിഴ്, കന്നഡ, തെലുങ്ക് ചിത്രങ്ങളിലെ ഗാനങ്ങളുടെ അകമ്പടിയോടെ അരങ്ങേറുന്ന നൃത്തത്തിന് സുശിക്ഷിതമെന്ന് പറയാവുന്ന അവതരണഭംഗി ഉണ്ടാകണമെന്നില്ല. പലരും നർത്തകികളല്ല. വെറും വയറ്റുപിഴപ്പിനായി ചുവടുവെയ്ക്കുന്നവരാണ്. അവർക്കു തന്നെയും ആരാധകരുണ്ട്. ആരാധന പ്രകടമാവുക നിശ്ചിതമൂല്യമുള്ള ദേഹാലങ്കാരങ്ങൾ നർത്തകികളെ അണിയിക്കുന്നതിലൂടെയാണ്. ഈ അലങ്കാരങ്ങളുടെ ഒരു പങ്ക് മാത്രമാണ് നർത്തകികൾക്ക് കരഗതമാവുകയെങ്കിലും അവർക്ക് അതൊരു വലിയ പ്രതീക്ഷയാണ്.

രാഹുൽദേവ് ബർമ്മന്റെ ഈണത്തിൽ ആശാ ഭോൺസ്‌ലേ പാടിയ 'പിയാ തൂ അബ്‌തൊ ആജാ' പോലുള്ള ത്രസിപ്പിക്കുന്ന ഹിന്ദിഗാനങ്ങൾ

ശ്രവിക്കാനും അവയോടു ചേരുന്ന നൃത്തങ്ങൾ കാണാനും ആഗ്രഹിക്കുന്നവർക്കായി മറ്റൊരു വാതിലാണ് തുറക്കപ്പെടുക. പൊതുവെ ഉത്തരേന്ത്യക്കാരും പാക്കിസ്ഥാനികളുമാവും ഇവിടെ കാണികൾ. വോഡ്കയോ, ടെകിലയോ, വൈറ്ററമ്മോ നുണഞ്ഞുകൊണ്ട് അവർ വിധേയത്വത്തോടെ ഇരിക്കുമ്പോൾ ഒരു ഗൃഹാതുരത്വം പങ്കുവെച്ചുകൊണ്ട് നൃത്തലോലകൾ അരങ്ങിൽ ഇളകിയാടുന്നു.

“നമുക്കിനി ഫിലിപ്പിനോ ബാറിലേക്കു പോകാം.” ഷിപ്പിംഗ് കമ്പനിയിൽ ജോലിചെയ്യുന്ന സുഹൃത്ത് പറഞ്ഞു.

ഒട്ടും അമാന്തിക്കാതെ പുറത്ത് കടന്ന് ഇടനാഴി താണ്ടി ഞങ്ങൾ മൂന്നാമത്തെ വാതിൽക്കൽ എത്തി. വാതിൽ തുറന്നതേയുള്ളൂ,വന്യമായ ഒരു നീലജ്വാല ഞങ്ങളെ മൂടിയതുപോലെയായി.

അകം നിറയെ ആളുകളാണ്. എങ്ങും ലഹരിയുടെ തിരയിളക്കങ്ങൾ. അപരിചിതഗന്ധങ്ങൾ. പുക.

തിരക്കിൽ അല്പം ഇടം കണ്ടെത്താൻ തെല്ല് ക്ലേശിക്കേണ്ടി വന്നു. അപ്പോഴേക്കും മുന്നിലുള്ള വിശാലമായ വേദിയിൽനിന്ന് വാദ്യസംഗീതം തുടങ്ങുകയായി. മുമ്പ് പല തവണ കേട്ടിട്ടുള്ളതും കൂടെക്കൂടെ മനസ്സിൽ മുഴങ്ങുന്നതുമായ ഒരു പാട്ടിന്റെ തുടക്കമാണതെന്ന് ഗിറ്റാറിന്റെ ആദ്യസ്പന്ദം തന്നെ ബോധ്യപ്പെടുത്തി.

well you can tell by way I use my walk
I'm a women's man
No time to talk
Music loud and woman warm
I've been kicked around since I was born
And now it's alright it's OK
And you may look the other way
We can try to understand
The New York Times effect on man
Whether you're a mother
You're stayin' Alive ,stayin' Alive...

ബീജീസിന്റെ ഏറ്റവും ജനപ്രീതി നേടിയ പാട്ടുകളിലൊന്നായ ‘സ്റ്റെയിംഗ് എലൈവ്' റിലീസ് ചെയ്യപ്പെട്ടത് എഴുപത്തിയേഴ് ഡിസംബറിലാണ്. മുപ്പതിലേറെ വർഷങ്ങൾക്കുശേഷവും, മഹത്തായ പാട്ടുകൾക്ക് മരണമില്ലെന്ന് സ്ഥാപിച്ചുകൊണ്ട്, അത് പോപ്പ് മ്യൂസിക്കിന്റെ ആസ്വാദ

കർക്ക് പ്രിയങ്കരമായിത്തുടരുന്നു.

Feel the city breakin'and
Everybody shakin' And we're
Stayin' Alive ,stayin' Alive...

ഫിലിപ്പിനോ ഡാൻസ് ബാറിന്റെ വേദിയിൽ സ്വയം മറന്ന് പാടുന്നത് ബീജീസ് എന്ന മൂന്ന് സഹോദരൻമാർ തന്നെയാണെന്ന് തോന്നിപ്പോയി. അത്രയ്ക്ക് പൂർണ്ണമായ ആലാപനം. അതിതീവ്രമായ വൈകാരികത.

Life goin' nowhere
Somebody helps me
Somebody helps me yeah...

ഏതൊക്കെയോ ജീവിത സംഘർഷങ്ങൾക്കിടയിലാണ് 'സ്റ്റെയിംഗ് എലൈവ്' ആദ്യമായി കേൾക്കുന്നത്. ആദ്യ ശ്രവണത്തിൽത്തന്നെ അതിന്റെ മാന്ത്രികത എന്നെ കീഴ്പ്പെടുത്തിക്കളഞ്ഞു. വീണ്ടും വീണ്ടും കേൾക്കാൻ ആഗ്രഹിച്ചെങ്കിലും പഴയകാലത്ത് അതത്ര എളുപ്പമായിരുന്നില്ല. റേഡിയോ പ്രക്ഷേപണങ്ങളെ ആശ്രയിക്കുകയേ അന്ന് നിർവ്വാഹമുണ്ടായിരുന്നുള്ളൂ. ഇടയ്ക്ക് വല്ലപ്പോഴുമാണ് കേൾക്കാൻ കഴിഞ്ഞിരുന്നത്. പക്ഷേ, മനസ്സിൽ സദാ അത് മുഴങ്ങുമായിരുന്നു.

ഗായകസംഘം 'സ്റ്റെയിംഗ് എലൈവ്' പാടി നിർത്തിയതോടെ ഞാൻ സുഹൃത്തിനോട് പറഞ്ഞു:

'മതി.'

ലഹരിയുടെ തിരയിളക്കങ്ങളിൽ നിന്നും അപരിചിതഗന്ധങ്ങളിൽ നിന്നും പുകവലയത്തിൽ നിന്നും ഞങ്ങൾ പുറത്തു കടന്നു. കാണാവുന്ന അകലങ്ങളിലേയ്ക്കും താരകാകീർണ്ണമായ ആകാശത്തിലേയ്ക്കും ഞാൻ കണ്ണോടിച്ചു. മനസ്സ് പാടുകയായിരുന്നു:

Well now I get low and I get high
And I can't get either I really try
Got the wing of heaven on my shoes
I'm a dancin'man
And I just can't lose
You know it's all right it's OK
I'll live to see another day...

ഖനി

വിദൂരമായ ചിലിയും കോപ്പിയാപോ നഗരവും അതിന്റെ പ്രാന്തത്തിലുള്ള സനോസെ (San Jose) ഖനിയും ഖനിയിലുണ്ടായ ദുരന്തവും ലോകശ്രദ്ധയിൽ നിറഞ്ഞുനിന്ന കുറെ നാളുകൾക്കുശേഷം ഒരു വസ്തുത നാം തിരിച്ചറിയുന്നു: സനോസെ സ്വർണ്ണത്തിന്റെയും ചെമ്പിന്റെയും അയിരുകൾ ഖനനം ചെയ്യപ്പെടുന്ന ഒരു വെറും ഖനിയായിരുന്നെങ്കിലും ഇപ്പോഴത് മനുഷ്യന്റെ ധീരമായ ചെറുത്തുനിൽപ്പിന്റെയും സാഹസികതയുടെയും ഉയിർത്തുവരവിന്റെയും ജ്വലിക്കുന്ന ഒരു പ്രതീകമാണ്.

പ്രതീകങ്ങൾ ചരിത്രത്തിൽ വളരെ അപൂർവ്വമായേ സംഭവിക്കുന്നുള്ളൂ. പക്ഷേ, അപൂർവ്വമായെങ്കിലും അങ്ങനെ സംഭവിക്കുന്നു. അപൂർവ്വമായി അങ്ങനെ സംഭവിക്കുമ്പോൾ ലോകം മുഴുവനും അത് ഉറ്റുനോക്കുന്നു.

സനോസെ ഖനിയുടെ ഉൾത്തടത്തിൽ കുടുങ്ങിപ്പോയ മുപ്പത്തിമൂന്ന് തൊഴിലാളികൾ അറുപത്തിയൊമ്പതുദിവസം തങ്ങളുടെ യാഥാർത്ഥ്യങ്ങളിൽനിന്നകന്ന് മരണത്തെ നേരിൽ കാണുകയായിരുന്നു. ഖനിയിൽനിന്ന് പുറത്തെത്തിയ രണ്ടാമനായ മാരിയോ സെപുൽവെദ രണ്ടായിരത്തി നാല്പത്തിയൊന്ന് അടി ദൂരം താണ്ടി ഉപരിതലത്തിലെത്തിയപ്പോൾ ആദ്യം പറഞ്ഞ വാക്കുകൾ ഇവയായിരുന്നു: 'ഞാൻ ദൈവത്തിന്റെയും പിശാചിന്റെയും കൂടെയായിരുന്നു.'

തകർന്നുവീണ പാറക്കൂട്ടങ്ങൾക്കിടയിൽ ഭൗമോപരിതലത്തിൽനിന്നും 2040 അടി താഴെയായുള്ള ഇരുട്ടുനിറഞ്ഞ അറയിൽ ദൈവവും പിശാചും മുഖാമുഖം നിലകൊണ്ടു.

'ഞാൻ ദൈവത്തിന്റെ കരം ഗ്രഹിച്ചു, അതായിരുന്നു നല്ല കൈ. ദൈവം ഇവിടെനിന്ന് ഞങ്ങളെ പുറത്തെത്തിക്കുമെന്ന് എനിക്കുറപ്പുണ്ടാ

യിരുന്നു.' മാരിയോ തുടർന്നുപറഞ്ഞു.

മരിച്ചുവെന്ന് തീർച്ചയാക്കിയ മുപ്പത്തിമൂന്നുപേർ ജീവനോടെയുണ്ടെന്ന് പതിനേഴു ദിവസത്തിനുശേഷം പുറംലോകം കണ്ടെത്തിയത് ഒരു ദിവ്യാത്ഭുതമായാണ്. ദിവ്യാത്ഭുതങ്ങളുടെ കാലം യേശുക്രിസ്തുവിൽ അവസാനിച്ചിട്ടില്ലെന്ന് സനോസെ ഖനി സാക്ഷ്യപ്പെടുത്തുകയായിരുന്നു.

ചിലിയുടെ പ്രസിഡണ്ട് സെബാസ്റ്റ്യൻ പിനേറ ഖനിയിൽനിന്ന് നിരന്തരമായ ഇരുട്ടേറ്റ് വിളറിയ ചർമ്മത്തോടെ പതിനൊന്നാമനായി പുറത്തേയ്ക്കുവന്ന അമ്പത്തിയാറുകാരനായ ജോർജ് ഗാലെഗിലോസിനോട് പറഞ്ഞതിപ്രകാരമാണ്: 'ജീവിതത്തിലേയ്ക്കു സ്വാഗതം.'

അതിന് ഗാലെഗിലോസിന്റെ മറുപടി: 'ഞങ്ങൾ ജീവിച്ചിരിപ്പുണ്ടെന്ന് വിശ്വസിച്ചതിന് താങ്കൾക്ക് നന്ദി.'

ലോകത്തെമ്പാടുമുള്ള ജനത വീർപ്പടക്കി അവിശ്വാസത്തോടെ നോക്കിക്കണ്ട രക്ഷാപ്രവർത്തനം പ്രത്യാശയുടെ ഐതിഹാസികകഥയായി പിന്നീട് വാഴ്ത്തപ്പെട്ടു. ഖനിയിലല്ലാതെ ജീവിതത്തിന്റെ ആഴത്തിലും ഇരുളിലും യാതനകളിലും അകപ്പെട്ട ലക്ഷോപലക്ഷം ഹതഭാഗ്യർക്ക് അത് പ്രത്യാശയുളവാക്കാൻ പോന്നതായി. മുപ്പത്തിമൂന്ന് തൊഴിലാളികളുടെ അസാമാന്യമായ ധീരതയും പാരസ്പര്യവും നരവംശത്തി

ഖനിയപകടത്തെ തുടർന്നുള്ള രക്ഷാപ്രവർത്തനം

നാകെ വിലപ്പെട്ട ഒരു മാതൃകയുമായി. ഒപ്പംതന്നെ ഒരു ഭരണാധികാരിയെന്നാൽ എങ്ങനെയായിരിക്കണമെന്നതിന് സെബാസ്റ്റ്യൻ പിനേറയും.

ലോകത്തിൽ ഏറ്റവുമധികം ഖനിയപകടങ്ങൾ സംഭവിക്കുകയും പ്രതിവർഷം 1500 ലധികം പേർ അവയിൽപ്പെട്ട് മൃതിയടയുകയും ചെയ്യുന്ന ചൈനയിലെ കവി ഗുവാൻ യാൻപിംഗ് എഴുതി: 'ചിലിയൻ ഗവൺമെന്റ് ചെയ്തത് നമ്മുടെ ഹൃദയങ്ങളെ ഊഷ്മളമാക്കുന്നു. അവർ രഹസ്യം മറച്ചുവെച്ചില്ല, അവരാർക്കും ഗോപ്യമായി പണം നൽകിയില്ല, അവർ നിരുത്തരവാദപരമായ പ്രസ്താവങ്ങൾ നടത്തുന്നില്ല, ദുരന്തത്തിനുത്തരവാദികളായവരോട് അവർ ക്ഷമിക്കുന്നില്ല, പറഞ്ഞു പഴകിയ ശൈലിയിൽ അവർ സ്വയം പുകഴ്ത്തുന്നുമില്ല.'

ബ്ലോഗിൽ കുറിച്ച പ്രതികരണമനുസരിച്ച് ഗുവാൻ ചിലിയിലെ ഖനിയപകടത്തെ ആദ്യം നോക്കിക്കണ്ടത് നിർവികാരനായാണ്. പക്ഷേ, പിന്നീട് ഉള്ളുപിടയ്ക്കുന്ന ഒരനുഭവമായി അതു മാറി. താനും കുടുംബവും ഭൂമിയുടെ ആഴത്തിലെങ്ങോ കുടുങ്ങിപ്പോയതായി ഗുവാനു തോന്നി. മനുഷ്യരെ പരസ്പരം ചേർക്കുന്ന അദൃശ്യമായ സംയോജക ശക്തിയ്ക്ക് ഇതിലും നല്ല ഒരു ഉദാഹരണമില്ല. മനുഷ്യർ തമ്മിലുള്ള കെട്ടുപാടുകൾ കൂടുതൽ ദൃഢമാവട്ടെ. ദുരിതങ്ങളുടെ ആഴങ്ങളിലകപ്പെട്ടവരൊക്കെയും വെളിച്ചത്തിലേയ്ക്കും സ്വാഗതോക്തികളിലേയ്ക്കും ആശ്ലേഷങ്ങളിലേയ്ക്കും കയറിവരട്ടെ.

ഇരുട്ടുമായുള്ള ദീർഘസമ്പർക്കത്തിനുശേഷം വെളിയിലെത്തുമ്പോൾ സൂര്യപ്രകാശത്തിൽനിന്നുള്ള സംരക്ഷണത്തിനായി ഓക് ലെ സംഭാവന ചെയ്ത വിലയേറിയ ഇരുണ്ട കണ്ണട ധരിച്ച് അവസാനത്തെ ഖനിത്തൊഴിലാളിയും (ലൂയീസ് ഉർസ്വാ) പുറത്തുകടന്നപ്പോൾ ഉയർന്ന ആശ്വാസത്തിന്റെ നെടുവീർപ്പിനിടയിൽ ഓർത്തുപോയി: ഭരണമെന്ന പേരിൽ ആഭാസത്തരങ്ങളും കോമാളിത്തവും വഞ്ചനയും ക്രൗര്യവും അരങ്ങേറുന്ന കേരളത്തിൽ ഖനികളില്ലാത്തത് എന്തുഭാഗ്യം!

മൂവീസ് മൂവീസ് മൂവീസ്

'Talking about dreams is like talking about movies, since cinema uses the language of dreams; years can pass in a second and you can hop from one place to another, It's a language made of image. And in the real cinema, every object and every light means something, as in a dream.' - Federico Fellini

മഹാഗോപുരങ്ങൾ പോലെ ഉയർന്നുനിൽക്കുന്ന ഒട്ടേറെ ചിത്രങ്ങളുണ്ട് ലോകസിനിമയിൽ. അവയിൽ ചിലതിന്റെ (Le Strada, The Nights of Cabiria, La Dolce Vita, 8½) ശില്പി ഫെഡറികോ ഫെല്ലിനിയാണ്.

ഫെഡറികോ ഫെല്ലിനി

രണ്ടാം ലോകമഹായുദ്ധം ലോകക്രമത്തെ മാത്രമല്ല, ചലച്ചിത്രഭാഷ യെയും മാറ്റിത്തീർക്കുകയുണ്ടായി. വിറ്റോറിയോ ഡിസീക്കയെയും റോബർട്ടോ റോസ്സലിനിയെയും പോലുള്ള രചയിതാക്കൾ ആവോളം മാന വികതകൊണ്ട് സെല്ലുലോയ്ഡിനെ ആർദ്രമാക്കി. അങ്ങനെ ഇറ്റാലിയൻ നിയോറിയലിസമെന്ന പ്രസ്ഥാനമുണ്ടായി. ദ ബൈസിക്കിൾ തീവ്സ്, റോം ഓപ്പൺ സിറ്റി തുടങ്ങിയ ചലച്ചിത്രരചനകളുണ്ടായി. പിന്നീട് ഫെല്ലി നിയും അന്റോണിയോണിയും നിയോറിയലിസത്തിന് പുത്തനുണർവ് പകർന്നു. അവർക്കുശേഷം പിയർ പാവ്ലോ പസോളിനി, ബെർണാർഡോ ബെർട്ടോലുച്ചി തുടങ്ങിയവരുടെ ധീരനൂതന ആഖ്യാനങ്ങൾ.

ഇറ്റാലിയൻ നിയോറിയലിസം ആന്ദ്രേ ബസീൻ(Andre Bazin) നിരീ ക്ഷിച്ചതുപോലെ ചലച്ചിത്ര നിർമ്മാണരീതിയിലല്ല, ഇതിവൃത്തത്തിന്റെ തലത്തിലാണ് വ്യതിരിക്തത രേഖപ്പെടുത്തിയതെങ്കിൽ ഫ്രഞ്ചു നവത രംഗം ചലച്ചിത്ര സങ്കല്പത്തെയാകെത്തന്നെ പുനർനിർവചിച്ചു. ജാകിസ് ഡോനിയോൾ വാൽക്രോസ് (Jacquice Doniol Valcroze) ജോസഫ്-മാരി ലോ ഡുകാ (Joseph- Marie Lo Duca) എന്നിവരുമായിച്ചേർന്ന് ആന്ദ്രേ ബസീൻ 1951 ൽ തുടങ്ങിയ, സിനിമയുടെ ചരിത്രത്തിൽ ഏറ്റവുമധികം സ്വാധീനശേഷി പ്രകടമാക്കിയ ഫിലിം ജേർണൽ 'കഹേ ദു സിനിമ'

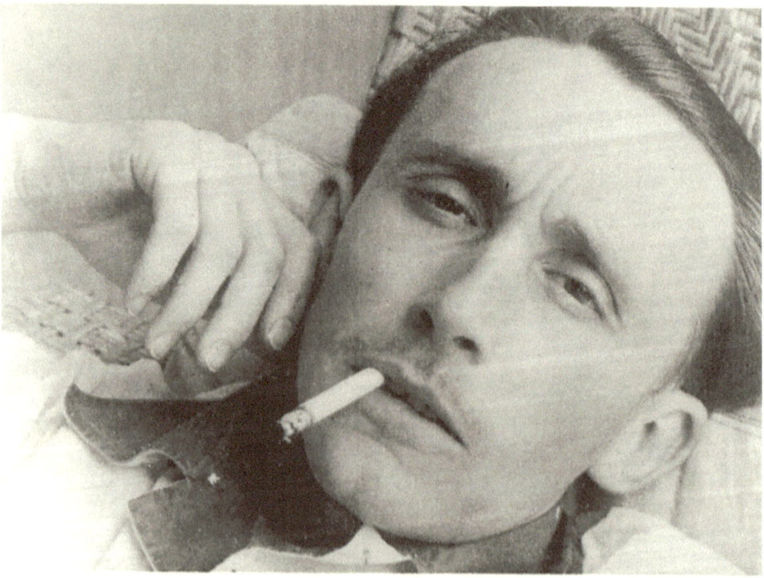

ആന്ദ്രേ ബസീൻ

(Cahers du Cinema) യാണ് ഫ്രഞ്ചുനവതരംഗത്തിന് സൈദ്ധാന്തിക അടിത്തറയൊരുക്കിയത്. ട്രൂഫോ, ഗൊദാർദ്, ഷാബ്രോൾ, റോമർ, റിവെറ്റ് തുടങ്ങിയവർ ചലച്ചിത്രനിരൂപകരെന്ന നിലയിൽ നവതരംഗത്തിന്റെ ലാവണ്യശാസ്ത്രം രൂപപ്പെടുത്തുന്നതിൽ വിലപ്പെട്ട സംഭാവനകൾ നൽകി. പിന്നീട് സംവിധായകരായി മാറിയപ്പോൾ സിനിമയുടെ ചരിത്രത്തിലും സിദ്ധാന്തത്തിലും ഊന്നിക്കൊണ്ടുള്ള ചിത്രങ്ങളാണ് അവർ ഒരുക്കിയതൊക്കെയും. സിദ്ധാന്തത്തിന്റെ പ്രായോഗികദൃഷ്ടാന്തങ്ങളെന്നതിലേറെ സൈദ്ധാന്തിക പ്രബന്ധങ്ങൾ തന്നെയാണ് അവരുടെ രചനകൾ പലതും. ചലച്ചിത്ര സിദ്ധാന്തം അച്ചടിക്കുന്നതിനുപകരം ഫിലിമിൽ എഴുതപ്പെടുകയായിരുന്നു നവതരംഗകാലത്തെന്ന് പറയുന്നതാവും കൂടുതൽ ഉചിതം.

ഉത്തരങ്ങൾ കണ്ടെത്തുന്നതിലും പ്രധാനം ചോദ്യങ്ങൾ ഉന്നയിക്കുകയാണെന്ന് വിശ്വസിച്ച ബസീൻ ചോദിച്ച പ്രധാനപ്പെട്ട ചോദ്യം 'സിനിമ എന്ത്?' (What is Cinema?) എന്നതായിരുന്നു. മുപ്പത്തിയൊമ്പതാം വയസ്സിൽ മരണത്തിന് കീഴ്പ്പെട്ട ബസീന് നവതരംഗത്തിന്റെ തുടക്കം മാത്രമേ കാണാനായുള്ളൂ. ട്രൂഫോയിലൂടെയും ഗൊദാർദിലൂടെയും ഇതരസംവിധായകരിലൂടെയും അത് ഏറെ മുന്നോട്ടുപോയി. സൂക്ഷ്മതയോടെ പരിചരിക്കപ്പെട്ട അനേകം രചനകൾ പ്രേക്ഷകർക്ക് കാണാനായി. അവയിലൂടെ ചലച്ചിത്രഭാഷ കൂടുതൽ സാർവ്വലൗകികമായി.

ദ ബൈസിക്കിൾ തീവ്സിൽനിന്നുള്ള ഒരു രംഗം

ലൂമിയർ സഹോദരന്മാരിലൂടെ ഫ്രാൻസിൽ തുടങ്ങിയ സിനിമയ്ക്ക് ഇന്ന് ലോകത്തെവിടെയുമുണ്ട് വേരുകൾ. സിനിമയിലെ ഈടുവെയ്പുകൾ ആരെയും അത്ഭുതപ്പെടുത്താൻ പോന്ന വിധത്തിലുള്ള ബൃഹദ് സഞ്ചയമാണ്. ബുനുവലിന്റെയും ബെർഗ്മാന്റെയും കുറോസാവയുടെയും ബ്രെസ്സണിന്റെയും വിസ്കോന്തിയുടെയും ക്ലൂസോയുടെയും റെന്വാറിന്റെയും റെനെയുടെയും ടാർകോവ്സ്കിയുടെയും റേയുടെയുമൊക്കെ സർഗ്ഗാത്മകവെളിപാടുകൾ ഇന്നും മുഴക്കം കൊള്ളുന്നു. ഈ വെളിപാടുകളോരോന്നും സിനിമയോട് ഹൃദയം ചേർത്തുവെച്ച ബസീന്റെ ചോദ്യത്തോടുള്ള പ്രതികരണമായിരുന്നു: സിനിമ എന്താണെന്ന നിർവചനങ്ങൾ.

സിനിമയെ നിർവചിക്കാനുള്ള സാർത്ഥകമായ ശ്രമത്തിൽ സംവിധായകർക്ക് നിരുപാധിക പിന്തുണയേകിയ പ്രഗത്ഭരായ അഭിനേതാക്കളുടെ നീണ്ട നിര തന്നെയുണ്ട്. മാർസെല്ലോ മസ്ട്രോയാനിയും തോഷിറോ മിഫ്യൂണെയും മാക്സ്വോൺ സിഡോവും ഴാങ്പോൾ ബെൽമോണ്ടോയും വിക്ടർ സോസ്ട്രോമും തകാഷി ഷിമൂറയും ആന്റണി ക്വിന്നും ഛബി ബിശ്വാസും സൗമിത്ര ചാറ്റർജിയും ഉത്പൽദത്തും ബൽരാജ് സാഹ്നിയും അവരിൽ ചിലർ മാത്രം. സോഫിയാ ലോറൻ, ഴാങ് മോറോ, സിൽവിയാ പിനാൽ, കാതറിൻ ഡെന്യൂ, അന്നാ കരീന, മോനിക്കാ വിറ്റി, ഇൻഗ്രിഡ് ബെർഗ്മാൻ, ലിവ് ഉൾമാൻ, ബിബി ആൻഡേഴ്സൺ, ഗിലിയറ്റാ മസീന, നാടാഷാ കിൻസ്കി, കരുണ ബാനർജി, ഷർമിള ടാഗോർ, മാധവി മുഖർജി എന്നിങ്ങനെ അഭിനേത്രികളും അനേകം. ലോകസിനിമ നമ്മെ ബോധ്യപ്പെടുത്തുന്നത് ഇവരുടെയെല്ലാം പങ്കാളിത്തമാണ്. ഊർജ്ജത്തിന്റെ മഹാപ്രവാഹം. അതിനുമുന്നിൽ നമുക്ക് വിനീതരാവാം.

ഇൻഗ്രിഡ് ബെർഗ്മാനെയും സോഫിയ ലോറനെയും ആരാധിക്കുന്ന ഹോളിവുഡ് അഭിനേത്രി ജൂലിയ റോബർട്സ് ഈയിടെ ഒരു അഭിമുഖത്തിൽ ഖേദിച്ചതുപോലെ ക്ലാസിക്ചിത്രങ്ങളുടെ സുവർണ്ണകാലം കഴിഞ്ഞുപോയെങ്കിലും, ചുരുക്കം ചില അപവാദങ്ങളൊഴിച്ചാൽ സംവിധായകർ പൊതുവെ ജനപ്രിയ സിനിമയോടാണ് (Populist Cinema) ആഭിമുഖ്യം കാട്ടുന്നതെങ്കിലും, രചയിതാക്കളുടെ ധിഷണയും അഭിനേതാക്കളുടെ പ്രാഗൽഭ്യവും സാങ്കേതിക മികവും ഇതിവൃത്തഗരിമയും ഒത്തിണങ്ങിയ പഴയ ക്ലാസിക് ശൈലി പിന്തുടരുന്ന കാലാതിവർത്തികളായ ചലച്ചിത്രകൃതികൾ ഇനിയും നമ്മൾ പ്രേക്ഷകർക്ക് ലഭിച്ചുകൂടെന്നില്ല. നിയോറിയലിസമോ ന്യൂവേവോ പോലെ പുതിയൊരു പ്രസ്ഥാനവും ഉരുവം കൊള്ളാം. ആ സാധ്യതയും നിലനിൽക്കുന്നു.

പെയ്തൊഴിയാതെ

എന്റെ കുട്ടിക്കാലത്തെ ഏറ്റവും സാന്ദ്രമായ അനുഭവം മഴയായിരുന്നു. ചിലപ്പോൾ വടക്കിനിയിൽനിന്ന് കാതോർത്ത് അമ്മ പറയും: 'മഴ കരയുന്നുണ്ട്.'

പിന്നെ പാടങ്ങൾ താണ്ടി മഴയെത്തുന്നു, കരഞ്ഞുകൊണ്ട്.

മഴ ഒരിക്കലും പെയ്തൊഴിയില്ലെന്ന് തോന്നും ചില നാളുകളിൽ. കറുത്തിരുണ്ട ദിക്കുകൾ. മങ്ങിയൊരു പ്രകാശം മാത്രം കാണാം. മരങ്ങളും പാടങ്ങളുമെല്ലാം മഴയിൽ മറയുന്നു.

മഴ നനഞ്ഞാൽ പനി പിടിക്കുമെന്നൊന്നും ആരും താക്കീത് തരാറുണ്ടായിരുന്നില്ല. കാരണം മഴ നനഞ്ഞാൽ പനി പിടിക്കുകയെന്നത് അക്കാലത്ത് പതിവില്ല. ഞങ്ങൾ കുട്ടികൾക്ക് മഴയും വെയിലും ഒരുപോലെയായിരുന്നു. ശീലക്കുട സാർവത്രികമായിട്ടില്ല അന്ന്. ഓലക്കുടകളെടുത്ത് കുട്ടികൾ വന്നിരുന്നു. ചിലർ വാഴയിലകളോ, ചേമ്പിലയോ ചൂടിയും. അധികംപേരും ചെയ്തിരുന്നത് മഴയിലൂടെ ഒറ്റ ഓട്ടം വെച്ചുകൊടുക്കുകയെന്നതായിരുന്നു. പുസ്തകങ്ങൾ നനയാതിരിക്കാൻ ഉടുപ്പിനുള്ളിൽ തിരുകിവെച്ച് സ്കൂൾമുറ്റം താണ്ടി ഇടവഴിയിലൂടെ വീട്ടിലേയ്ക്ക് ഓടിപ്പോകും. വീട്ടിലെത്തിയാൽ എന്തേ മഴയത്ത് ഓടിയെന്ന ചോദ്യമില്ല. കുടയുണ്ടെങ്കിലല്ലേ! ശീലക്കുട ദേശത്ത് ചുരുക്കം ചിലർക്ക് മാത്രം കൈവന്ന സൗഭാഗ്യമായിരുന്നു.

പെരുമഴ പെയ്യുമ്പോൾ അത് നനഞ്ഞുകൊണ്ട് കുളത്തിൽ കുളിക്കുകയെന്നത് അക്കാലത്തെ പ്രധാന വിനോദമായിരുന്നു. അവധി ദിവസമാണെങ്കിൽ രാവിലെ മുതൽ കുളത്തിലാവും. ഉച്ചയായാലും കരയ്ക്കു കയറില്ല. വിശപ്പെന്ന ഓർമ്മയേ ഉണ്ടാവില്ല. മഴ ആർത്തലച്ച് പെയ്യുകയാവും. ഞങ്ങൾ ഒരുപറ്റം കുട്ടികൾ പിറന്നപടി അതത്രയും ഉടലിലേയ്ക്ക് ഏറ്റുവാങ്ങുന്നു. അതിനിടയിൽ മുങ്ങാംകുഴിയിടലും നീന്തലും ചാടലുമൊക്കെയുണ്ട്. കനത്ത മഴത്തുള്ളികൾ കുളത്തിൽ വന്നു പതിക്കുന്ന

തിന്റെ ഹൃദ്യമായ ആരവം മാത്രം കേൾക്കാം. കുളത്തിലെ ജലപ്പരപ്പിനു മീതെ സ്ഫടികസമാനമായ പെരുമഴത്തുള്ളികൾ വന്നുവീഴുന്നത് വിസ്മയകരമായ കാഴ്ച. കുളപ്പടവുകളിൽ നിന്ന് കുട്ടികൾ അത് നോക്കിക്കാണുമായിരുന്നു. ഉടലുകൾ കുളിർന്നു വിറക്കുകയാവും.

മഴ ഞങ്ങൾക്കന്ന് ഒരു ചങ്ങാതിയെപ്പോലെയായിരുന്നു. ചുമലിൽ കൈവെച്ചു നടക്കാം. ഓടിത്തിമിർക്കാം. പിണങ്ങാം.

പേടിക്കേണ്ട ഒരു സാന്നിദ്ധ്യമായി മഴ അനുഭവപ്പെട്ടിട്ടേ ഇല്ല ഓർത്തു നോക്കുമ്പോൾ. പേടിക്കാൻ ഭൂതപ്രേതങ്ങളും മറ്റും ഉണ്ടായിരുന്നു; ഉഗ്രമൂർത്തികളും. ഈ കൂട്ടത്തിലേയ്ക്ക് എപ്പോഴോ ഒരു ഭീകരൻ കൂടി കടന്നുവന്നു: ഡ്രാക്കുള.

മഴ തുടങ്ങി കർക്കടകമെത്തുമ്പോൾ അക്കാലം ദേശത്തെ മിക്ക വീടുകളിലുമെന്നപോലെ വീട്ടിലും ഇല്ലായ്മ അനുഭവപ്പെടുമായിരുന്നു. പത്തായത്തിലെ നെല്ല് തീർന്നിരിക്കും. അവസാനത്തെ നെൻമണികൾ പത്തായത്തിലിറങ്ങി വാരിയെടുക്കുക മഴയുള്ള ഏതെങ്കിലും ഒരു നാളിലാവും. പത്തായത്തിലിറങ്ങുക ഞാനാണ്. അതിന്നുള്ളിൽ നൂണിറങ്ങാനും ചെറിയ മണ്ണെണ്ണവിളക്കുമായി രണ്ടറ്റങ്ങളിലേയ്ക്കും പോയി നെല്ല് ശേഖരിക്കാനും വീട്ടിൽ വേറെയാരുമുണ്ടായിരുന്നില്ല. ആ പത്തായം എന്നോ ഇല്ലാതായി. നെല്ലു വിളഞ്ഞിരുന്ന പാടങ്ങളും ഇല്ലാതായി. ഇപ്പോൾ പഴയ തറവാടിന്റെ മുഖച്ഛായ തന്നെ മാറി. ബാല്യം വിദൂരമായ ഓർമ്മയായി. മഴകൾ പക്ഷേ ഇപ്പോഴും കാലം തെറ്റാതെ വന്ന് പെയ്തുകൊണ്ടേയിരിക്കുന്നു. അവയുടെ നേർക്കു കണ്ണോടിക്കുമ്പോൾ ഞാൻ കുട്ടിക്കാലത്തെക്കുറിച്ചും അന്ന് പെയ്ത മഴകളെക്കുറിച്ചും ഗൃഹാതുരത്വത്തോടെ ഓർക്കാറുണ്ട്.

ഗുളികൻ

കുട്ടിക്കാലത്ത് ചെമ്പകത്തിൽ കയറുമ്പോൾ പ്രായം ചെന്നവർ വിലക്കിയിരുന്നത് ഗുളികനെക്കുറിച്ച് പറഞ്ഞാണ്. ചെമ്പകം ഗുളികൻ കുടിയിരിക്കുന്ന മരമാണ്. അവിടേയ്ക്ക് മറ്റാരും കടന്നുവരുന്നത് ഗുളികന് ഇഷ്ടമല്ല. നിഷ്ക്കരുണം തള്ളിവീഴ്ത്തും.

ചെമ്പകത്തിലെ ഗുളികനെ കാണാനാവില്ല. എന്നാൽ സ്വന്തം രൂപമെടുത്ത് മുന്നിലേയ്ക്ക് വരും ചിലപ്പോൾ. ആ രൂപം എനിയ്ക്ക് വലിയ ഇഷ്ടമായിരുന്നു. ഇഷ്ടമെന്നത് ഒരല്പം പേടികൂടി കലർന്നതാണ്. കാരണം ഗുളികൻ ശൂലവും നീട്ടി പിറകെ ഓടും. പേടിപ്പിക്കും.

അരിച്ചാന്തും മഞ്ഞളും ഉടലിൽ തേച്ചുപിടിപ്പിച്ച് മുഖത്ത് കണ്ണാമ്പാളായും ഓലക്കാതുകളും അണിഞ്ഞ് തിരിയോല പാവാടയുടുത്ത് കയ്യിൽ ശൂലവും വടിയുമായാണ് ഗുളികനെത്തുക. മിക്കപ്പോഴും ഉച്ചയ്ക്ക്. വൈക്കോലുകൊണ്ടുണ്ടാക്കിയ ഒരു കുഞ്ഞിനെ ഇടയ്ക്ക് വല്ലാതെ ഓമനിക്കുന്ന ഗുളികൻ അടുത്തൊരു നിമിഷത്തിൽ അതിനെ ശൂലം കൊണ്ട് കുത്തി പീഡിപ്പിക്കും. ഗുളികൻ കുഞ്ഞിനെ പോറ്റും പോലെ എന്നൊരു ശൈലി തന്നെ ഈ വ്യവഹാരത്തിൽ നിന്നുണ്ടായി.

ഗുളികൻ ഫലിതപ്രിയനാണ്. തമാശകൾ പറയും. ചിരിക്കും. രക്ത ചാമുണ്ഡിയുടേയോ വിഷ്ണുമൂർത്തിയുടേയോ ഊർപ്പഴശ്ശിയുടേയോ വേട്ടയ്ക്കൊരു മകന്റേയോ രൂപഭംഗിയും ആട്ട വിധികളുമില്ലാത്ത ഗുളികൻ പക്ഷെ തെയ്യാട്ടപ്പറമ്പിലുണ്ടെങ്കിൽ ആകെയൊരു ഇളക്കമായിരിക്കും.

നന്നെ ചെറുപ്പംതൊട്ടേ ഞാൻ കാണാറുള്ള ഗുളികനെ കെട്ടി അവതരിപ്പിക്കുന്നത് മലയസമുദായത്തിൽപ്പെട്ട പ്രായംചെന്ന കേളുപ്പണിക്കരായിരുന്നു. പണിക്കർ ഗുളികനെ മാത്രമേ കെട്ടിയിരുന്നുള്ളു. സവിശേഷമായിരുന്നു പണിക്കരുടെ പെരുമാറ്റരീതികൾ. മേൽസമുദായത്തിലെ ചെറിയ കുട്ടികളെ കണ്ടാൽപോലും വലിയ ഭവ്യത. ആചാരഭാഷയിലേ സംസാരിക്കൂ. മുഖത്തെപ്പോഴും പ്രസാദം. ഉടുപ്പിടാറുണ്ടായിരുന്നില്ല. ചെരിപ്പും ഇല്ല.

ഒരുദിവസം ദേശം പണിക്കരെ കാണുന്നത് തന്റെ ചെറിയ വീടിനുള്ളിൽ ഒരു കയറിൻതുമ്പത്ത് കിടന്നാടുന്നതാണ്. അടുത്തൊരു കളിയാട്ടം നടക്കുന്നുണ്ടായിരുന്നു. വീട്ടിലുള്ള മറ്റുള്ളവരെല്ലാം അവിടെ ആയിരുന്നു. ഞാനും.

വിവരമറിഞ്ഞ് ആൾക്കാർ കളിയാട്ടം വിട്ട് അങ്ങോട്ട് ഓടി.

കളിയാട്ടപ്പറമ്പിൽ ചെണ്ടകൾ മുഴങ്ങുമ്പോൾ, തെയ്യങ്ങൾ ഉറയുമ്പോൾ നിരവധി മൂർത്തികളെ കെട്ടിയാടിയിട്ടുള്ള പണിക്കർ മരണത്തിന്റെ വഴി തേടുകയായിരുന്നു. എന്തിനെന്ന് അറിയില്ല. ഇത്രയേറെ വർഷങ്ങൾക്ക് ശേഷവും പണിക്കരുടെ പ്രസാദം തുളുമ്പുന്ന മുഖം എന്റെ ഓർമ്മയിലുണ്ട്. ഗുളികന്റെ മുഖപ്പാളയ്ക്കുള്ളിലെ യഥാർത്ഥമുഖം.

ഭൂമിയിൽനിന്ന് ഒരു വിലാപം ആകാശത്തിലേയ്ക്ക്

ദൈവപുത്രനായി വിശേഷിപ്പിക്കപ്പെടുമ്പോഴും താഴെക്കിടയിലുള്ള വെറും മനുഷ്യനെന്ന നിലയ്ക്കുള്ളവയായിരുന്നു ക്രിസ്തുവിന്റെ അനുഭവങ്ങൾ. ദുഃഖഭരിതമായ ആ ജീവിതത്തിൽ ചിരിക്കാനുള്ള സന്ദർഭങ്ങൾ ഉണ്ടായിട്ടില്ലെന്ന് സുവിശേഷങ്ങൾ സാക്ഷ്യപ്പെടുത്തുന്നു. കരഞ്ഞതിനാകട്ടെ, യോഹന്നാന്റെ സാക്ഷ്യമുണ്ട്. ക്രിസ്തു പൊഴിച്ച കണ്ണുനീർ ആത്മാവിന്റെ നെടുവീർപ്പു കലർന്നതും സ്നേഹത്തിന്റെ അടയാളവുമാണ്. കണ്ടുനിന്ന യഹൂദർ അത് തിരിച്ചറിയാതെ പോയതുമില്ല. കരയുന്ന യേശുവിനെ ചൂണ്ടി അവർ തമ്മിൽത്തമ്മിൽ പറയുന്നത് അവന്റെ സ്നേഹവായ്പ്പിനെക്കുറിച്ചാണ്. കണ്ണുനീർ ഇവിടെ അവന്റെ മാനുഷികതയുടെ ചിഹ്നമാണ്. എന്തെന്നാൽ കരച്ചിൽ മനുഷ്യസഹജമത്രേ; മനുഷ്യന് വിധിക്കപ്പെട്ടത്.

കണ്ണുനീർ നമുക്കറിയാവുന്നതുപോലെ, വേദനയുടെ വെളിപ്പെടലാണ്. ദൈഹികവും മാനസികവുമായ വേദനകളുണ്ട്. ലാസറിന്റെ മരണത്തിൽ അനുതപിച്ചുകൊണ്ട് അവന്റെ സഹോദരി മറിയത്തിന്റെയും അവളെ അനുഗമിച്ചുവന്ന യഹൂദരുടെയും മുമ്പാകെ ക്രിസ്തു കരഞ്ഞത് മരണമേല്പിച്ച മനോവ്യഥയിലാണ്. അതിനുമുമ്പ് പല സന്ദർഭങ്ങളിലായി മനുഷ്യരുടെ ശാരീരിക വൈകല്യങ്ങളും രോഗങ്ങളും യാതനകളും അവന്റെ സഹതാപാർദ്രമായ മനസ്സിനെ നോവിച്ചിട്ടുണ്ട്. മനുഷ്യന്റെ അപൂർണ്ണത തീർക്കാനുള്ള അവന്റെ ശ്രമങ്ങൾക്കു പിന്നിലൊക്കെയും ആകുലതയാണ്. താൻ വന്നത് ബന്ധിതർക്കു മോചനവും അന്ധർക്ക് കാഴ്ചയും അടിച്ചമർത്തപ്പെട്ടവർക്ക് സ്വാതന്ത്ര്യവും പ്രഖ്യാപിക്കാനാണെന്ന് അവൻ പറയുന്നുണ്ട്. കൊടുംചൂഷണത്തിന് വിധേ

യരും രക്ഷയ്ക്കായി ആരെയും ആശ്രയിക്കാനില്ലാത്തവരുമായ ദരിദ്ര രുടെ പക്ഷത്താണ് അവൻ നിലകൊണ്ടത്. 'എന്റെ കൂടെ വരൂ' എന്നു പറഞ്ഞ് അവൻ വിളിച്ചത് ദരിദ്രരെയാണ്. അവർ ഭൂമിയുടെ അവകാശി കളാകുമെന്നതായിരുന്നു അവന് കേൾപ്പിക്കാനുണ്ടായിരുന്ന സദ്‌വാർത്ത.

ചൂഷണവിധേയരായ ഒരു സമൂഹത്തെ സംബന്ധിച്ച് വിമോചനമെ ന്നത് മഹത്തായ ആശയമാണ്. ചൂഷിതരെ അവരുടെ സാമൂഹ്യാവസ്ഥ ബോധ്യപ്പെടുത്താൻ ശ്രമിക്കുക മാത്രമല്ല ക്രിസ്തു ചെയ്തത്. ചൂഷ കരെ ആയുധംകൊണ്ട് എങ്ങനെ തോല്പിക്കണമെന്നതിന്റെ മാതൃക കാട്ടിക്കൊടുക്കുക കൂടി ചെയ്തിട്ടുണ്ട്. അതു തികച്ചും വിപ്ലവകരമായി രുന്നു. പീഡിതവർഗ്ഗത്തിന് വിമോചനം വാഗ്ദാനം ചെയ്യുന്ന പിൽക്കാല ത്തുടലെടുത്ത പ്രത്യയശാസ്ത്രത്തിന്റെ വേരുകൾ ക്രിസ്തുവിലാണ്. ക്രിസ്തുവിന്റേത് അധികാരത്തിനെതിരെയുള്ള സുചിന്തിതമായ രാഷ്ട്രീ യപ്രവർത്തനമായിരുന്നു. ഭൂമിയിൽ തീയിടുവാനാണ് താൻ വന്നതെന്ന ക്രിസ്തുവിന്റെ വചനം വ്യക്തമാക്കുന്നത് എരിക്കേണ്ടതായി പലതുമു ണ്ടെന്ന് അവൻ വിശ്വസിച്ചിരുന്നുവെന്നാണ്. ആ വിശ്വാസം ദൃഢമാണ്; യുക്തിഭദ്രവും.

വാക്കും പ്രവൃത്തിയും തമ്മിലുള്ള അന്തരമാണ് യേശുവിന് ശേഷ മുള്ള ചരിത്രത്തിലെ പ്രധാനമായ ഇടർച്ചയെന്ന് നമുക്കറിയാം. ഉപ്പിനെ ക്കുറിച്ചുള്ള സുവിശേഷ പരാമർശംപോലെ വാക്കും നല്ലതുതന്നെ. ഉറ

കെട്ടുപോയ ഉപ്പാണ് വ്യാജമായി തീരുന്ന വാക്ക്. കമ്മ്യൂണിസ്റ്റ് മാനിഫെസ്റ്റോ തയ്യാറാക്കുന്ന ഘട്ടത്തിൽ മാർക്സും ഏംഗൽ സും പ്രതീക്ഷിച്ചിരിക്കുക തങ്ങ ളുടെ പ്രത്യയശാസ്ത്രം എക്കാ ലവും സത്യമായി നിലനിൽക്കു മെന്നാവും; പ്രയോഗത്തിലൂടെ അതിന്റെ സത്യം കൂടുതൽ തിള ക്കമാർജ്ജിക്കുമെന്നും. സംഭവി ച്ചത് അങ്ങനെയല്ലല്ലോ. ഉള്ളിൽ നിന്നും പുറപ്പെടുന്ന കാര്യങ്ങ ളെക്കൊണ്ട് അശുദ്ധമായി തീർന്നവർ പ്രത്യയശാസ്ത്രത്തി ന്റെ പ്രയോക്താക്കളായി

തീർന്നു. കപടവേഷക്കാർ അധികാരസ്ഥാനങ്ങളിലെത്തി. അവരുടെ ദുരാഗ്രഹങ്ങളും ഭോഗാസക്തിയും അഹന്തയും ദുഷ്ടതയും മൂഢതയും അരങ്ങുകളിൽ നിറഞ്ഞാടി. ഉപ്പിന്റെ ഉറ കെട്ടുപോയി.

യേശുവിന്റെ കാലത്തേയ്ക്ക് തിരിച്ചുചെന്നാൽ നാം കാണുക വാക്കും അർത്ഥവുമെന്നപോലെ വചനവും പ്രയോഗവും വേർതിരിക്കാനാവാത്ത വിധം ഇണങ്ങി നിൽക്കുന്നതാണ്. ജീവിതത്തിലെ നിലപാടുകളെയാകെ യേശു മരണം കൊണ്ട് സാധൂകരിക്കുന്നതും നാം കാണും. ഗത്സെമനിയിലെ പ്രാർത്ഥനയ്ക്കിടയിൽ അവൻ പര്യാകുലനും അസ്വസ്ഥനുമായിരുന്നു. അവന്റെ ആത്മാവ് സന്നദ്ധമെങ്കിലും ശരീരം ബലഹീനമാണെന്ന് അവൻ ശിഷ്യന്മാരോട് പറയുന്നു.

മരണത്തെക്കുറിച്ചുള്ള മുന്നറിവ് യേശുവിനെ അപാരമായ ദുഃഖത്തിലാഴ്ത്തുന്നുണ്ട്. താൻ ആഗ്രഹിക്കുന്നതല്ല, ദൈവേച്ഛയാണ് നിറവേറുകയെന്നത് ബോധ്യമുണ്ടായിട്ടും അവൻ ഒരു ഇടപെടലിനായി ആകാശങ്ങളിലെ പിതാവിനോട് പ്രാർത്ഥിക്കുന്നു. പിന്നീട് കുരിശിൽ കിടന്ന് ഉച്ചത്തിൽ നിലവിളിച്ചുകൊണ്ട് പ്രാണൻ വെടിയുവോളം അവൻ സഹിക്കുന്നത് കഠിനവേദനയാണ്. കൊടിയ പീഡനത്തിനും കടുത്ത നിന്ദയ്ക്കും ഇടയിൽപോലും ആത്മാവ് അതിന്റെ കരുത്ത് വെളിവാക്കുന്നു. താൻ ഉരുവിട്ട വചനങ്ങളിൽനിന്ന് കൈക്കൊണ്ട നിലപാടുകളിൽനിന്ന്, വിശ്വാസപ്രമാണങ്ങളിൽനിന്ന് അണുവിട വ്യതിചലിക്കുന്നില്ല അവൻ. സത്യത്തിനു സാക്ഷ്യം നൽകുവാനാണ് താൻ ലോകത്തിലേയ്ക്ക് വന്നതെന്ന് അവൻ നിർഭയനായി വിളിച്ചുപറയുന്നു. തന്റെ സ്വത്വം മറച്ചുപിടിച്ചോ, ആരോപണങ്ങൾ നിഷേധിച്ചോ അവനു വേണമെങ്കിൽ വിചാരണയിൽനിന്നും വിധിയിൽനിന്നും അതിവേദന സഹിച്ചുള്ള മരണത്തിൽനിന്നും രക്ഷപ്പെടാമായിരുന്നു. അവൻ അതു ചെയ്തില്ല. മനുഷ്യന് സഹിക്കാവുന്ന പരമമായ വേദനയുടെ അനുഭവമാണ് അവൻ സ്വശരീരത്തിൽ ഏറ്റുവാങ്ങിയത്. അതോടൊപ്പം താൻ വിശ്വാസമർപ്പിച്ച ദൈവത്താൽ നിഷ്ക്കരുണം ഉപേക്ഷിക്കപ്പെട്ടുവല്ലോ എന്ന തീവ്രമായ ഖേദവും അവനെ നീറ്റുന്നു.

ഗൊൽഗോത്തായിലെ കുരിശിൽ പിടഞ്ഞതും നൊന്ത് നിലവിളിച്ചതും ശതാധിപൻ നിരീക്ഷിച്ചതുപോലെ നീതിമാനായ ഒരു മനുഷ്യനായിരുന്നു. വാനമേഘങ്ങളിലേയ്ക്ക് ഉയർന്നത് വേദനിക്കുന്ന ഒരു മനുഷ്യന്റെ വിലാപമായിരുന്നു. നൂറ്റാണ്ടുകൾക്കു ശേഷവും ചരിത്രത്തിൽ അത് മുഴങ്ങുകയാണ്.

ഓരോ ചിത്രവും ആവശ്യപ്പെടുന്നത്

ഒരു ആർട്ട് ഗാലറിയിൽ കയറിച്ചെല്ലുന്ന പോലീസ് കോൺസ്റ്റബിൾ സവിശേഷമായൊരു രീതിയിൽ പെയിന്റിംഗുകൾ നിരീക്ഷിക്കുന്നതിനെക്കുറിച്ച് തെല്ലു നർമ്മം കലർന്നൊരു കഥ മുമ്പ് ഞാനെഴുതിയിട്ടുണ്ട്. 'ഗാലറി' എന്നാണതിന്റെ പേര്. ആദ്യത്തെ പെയിന്റിംഗ് തന്നെ പോലീസുകാരനെ അത്ഭുതപ്പെടുത്താൻ പോന്നതായിരുന്നു. കടുംനീലയും പച്ചയും ചുവപ്പും കലർന്ന ക്യാൻവാസിൽ തലങ്ങും വിലങ്ങും കോറിയിട്ട രേഖകൾക്കിടയിൽ, ഒരു ശ്ളഥരൂപം. അയാൾ അടുത്തുചെന്നുനോക്കി. കൂടുതൽ വ്യക്തതയ്ക്കായി നാലഞ്ചു ചുവട് പിറകോട്ട് നടന്ന് വീണ്ടും അതിലേയ്ക്ക് ഉറ്റുനോക്കി. ഭിത്തിയിൽ വർണ്ണങ്ങൾ തിളച്ചുകൊണ്ടിരുന്നു. പോലീസുകാരൻ തന്റെ നിരീക്ഷണം ഊർജ്ജിതമായി തുടർന്നു. പിന്നെ ഒരു രഹസ്യത്തിന്റെ ചുരുളഴിക്കാൻ സാധിച്ചതുപോലെ അടുത്ത ചിത്രത്തിന് നേർക്കുനീങ്ങി. അതിൽ ചുവന്ന ഇലകളുള്ള ഒരു വൃക്ഷരൂപം അയാളുടെ ദൃഷ്ടിക്ക് വിഷയീഭവിച്ചു. കടും ചുവപ്പ് ഇലകൾ? ഏതു മരമായിരിക്കും? എന്നിങ്ങനെ അയാൾ ഒരു അപഗ്രഥനത്തിന് മുതിർന്നു. വൃക്ഷത്തിന്റെ നീലവേരുകൾ എവിടെയാണ് വിലയം പ്രാപി

ക്കുന്നതെന്ന് അയാൾ സൂക്ഷ്മമായി പരിശോധിച്ചു. അപ്പോഴാണ് അയാൾക്ക് അതിപ്രധാനമായ ഒരു തുമ്പ് ലഭിച്ചത്. വേരുകൾ അവസാനിക്കുന്നിടത്തായി നഗ്നയായ ഒരു സ്ത്രീയുടെ ചെറിയ ശരീരം. മഞ്ഞനിറമായിരുന്നു അവൾക്ക്. യൗവ്വനകാലം. മിഴികൾ അടഞ്ഞുകിടക്കുകയാണ്. ഉടലിൽ രക്തമോ പരിക്കുകളോ കാണാനുണ്ടായിരുന്നില്ല. ഒരു വേരിൽ തലചായ്ച്ച് അവൾ ഉറങ്ങിക്കിടന്നു. പോലീസുകാരൻ സൂക്ഷ്മമായി നോക്കിയെങ്കിലും അവളുടെ സമീപത്തായി മറ്റൊന്നും കാണാൻ കഴിഞ്ഞില്ല, നിറത്തിന്റെ ഒരു പരപ്പല്ലാതെ. അതു തൊട്ടാൽ പൊള്ളുമെന്ന് തോന്നിക്കും വിധത്തിലായിരുന്നു.

പോലീസുകാരൻ തന്റെ നിരീക്ഷണം തുടർന്നു. ചില സൃഷ്ടികളെ അയാൾ ചോദ്യം ചെയ്യാൻ കസ്റ്റഡിയിൽ എടുത്തവരെയെന്നോണം നോക്കി. ചില ക്യാൻവാസുകളിൽ നിന്ന അയാൾ ഓരോ നിറമായി നീക്കം ചെയ്തു. ഹാളിന്റെ വരാന്തയിൽ മേശപ്പുറത്ത് സന്ദർശകാഭിപ്രായം രേഖപ്പെടുത്താനുള്ള പുസ്തകമുണ്ടായിരുന്നു. അതിന്റെ പേജുകൾ മറിച്ച് തനിക്കുമുമ്പേ പലരും കുറിച്ച അഭിപ്രായങ്ങളിലൂടെ അലക്ഷ്യമായി കണ്ണോടിച്ചപ്പോൾ അയാൾ അങ്ങേയറ്റം നിരാശനായി. എല്ലാം പ്രദർശനത്തിൽ മതിപ്പ് രേഖപ്പെടുത്തുന്ന കുറിപ്പുകളായിരുന്നു. നിരുത്തരവാദപരമായ സമീപനം, വീക്ഷണവൈകല്യം, സ്ഥലജലവിഭ്രാന്തി, ഇരുട്ടുകൊണ്ട് ഓട്ടയടയ്ക്കൽ എന്നെല്ലാം ഉള്ളാലെ പുലമ്പിക്കൊണ്ട് അയാൾ പേന കയ്യിലെടുത്തു. കഥ ഇവിടെ തീരുകയാണ്. ശേഷം ചിന്ത്യം. പോലീസ് മുറയിൽ പെയിന്റിംഗുകൾ കണ്ട അയാൾ എത്ര രൂക്ഷമായ വിയോജനക്കുറിപ്പാവും എഴുതുകയെന്ന് നമുക്ക് ഊഹിക്കാവുന്നതേയുള്ളു.

പ്രശ്നം ആസ്വാദനബോധത്തിന്റേതുതന്നെയാണ്. ഗാലറികളിലെത്തുന്നവർ ചിത്രകലയുടെ നൂറ്റാണ്ടുകൾ നീണ്ട ചരിത്രം അറിയണമെന്നില്ല. പല ദേശകാലങ്ങളിലെ പ്രകൃഷ്ട ചിത്രകാരന്മാരുടെ രചനകളുമായോ അവയുടെ അനേകം തലങ്ങളുള്ള ഭാവഭൂമികയുമായോ അല്പമായെങ്കിലും പരിചയപ്പെടണമെന്നുമില്ല. ഗാലറികളിലെ ഓരോ ചിത്രവും കാണികളിൽനിന്ന് ഒന്നേ വിനീതമായി ആവശ്യപ്പെടുന്നുള്ളു. ധ്യാനാത്മകമായ ഒരു മനസ്സ്.

ചിത്രങ്ങൾ സംവദിക്കുക ധ്യാനാത്മക ചിത്തങ്ങളോടു മാത്രമാണ്. ചിത്രസാരം ഏവരും ഒരേ അളവിൽ ഗ്രഹിക്കുക തീർത്തും അസംഭവ്യമത്രെ. ഓരോരുത്തരും സ്വന്തം സൗന്ദര്യസങ്കല്പത്തിന്റെയും അവബോധത്തിന്റെയും പിൻബലത്തോടെ ചിത്രങ്ങളിൽ നിന്ന് ആവോളം ഉൾക്കൊള്ളുകയാണ്. പക്ഷേ, അതിന് മനസ്സ് ധ്യാനാത്മകമായേ തീരൂ. കൈകൂപ്പിയും കണ്ണടച്ചും നിന്ന് ദൈവത്തെ ദർശിക്കുമ്പോഴെന്നപോലെ.

ഞാനും ഒരു റിവോൾവറും

പ്രശസ്തമായൊരു നോവലിന് തിരക്കഥ തയ്യാറാക്കിക്കൊണ്ട് തിരുവനന്തപുരത്ത് താമസിക്കുകയായിരുന്നു തമ്പാന്നൂരിലായി പുതുതായി ഉയർന്നുവന്നൊരു ടൂറിസ്റ്റ് ഹോമിൽ. കുറെ വർഷങ്ങൾക്കുമുമ്പാണ്.

ചിത്രത്തിന്റെ നിർമ്മാതാക്കളായി മൂന്നുപേരുണ്ട്. ഒന്നൊരു സർക്കിൾ ഇൻസ്പെക്ടർ. രണ്ടാമത്തേത് സർക്കാർ ലാവണത്തിൽ ജോലി ചെയ്യുന്ന, ഉയർന്ന വേതനത്തിനുപുറമേ സാമാന്യം കൈക്കൂലിയും വാങ്ങുന്ന ഒരാൾ. മൂന്നാമന് ബിസിനസ്സാണ്. വിമാനത്താവളത്തിലെ കസ്റ്റംസ് വിഭാഗവുമായും നഗരത്തിലെ ഉന്നത പോലീസ് ഉദ്യോഗസ്ഥന്മാരും നല്ല ബന്ധമാണയാൾക്ക്. വിദേശനിർമ്മിത മദ്യവും സിഗരറ്റും മാത്രമാണുപയോഗിക്കുക. കസ്റ്റംസുമായുള്ള അടുപ്പംമൂലം അവയുടെ ലഭ്യതയ്ക്ക് ഒരു പ്രശ്നവുമില്ല.

രാത്രിയായാൽ വാടകമുറിയിലേയ്ക്ക്, എന്നെ സംബന്ധിച്ചേടത്തോളം തീർത്തും അപരിചിതരായ അതിഥികൾ വരികയായി. പിന്നെ തിരക്കഥയും സിനിമയുമൊന്നും വിഷയങ്ങളല്ല. വരുന്നതധികവും ബിസിനസ്സുകാരന്റെ സുഹൃദ്വലയത്തിൽ പെട്ടവരാണ്. അവരുടെ തീനും കുടിയും തീരുമ്പോൾ രാത്രി വൈകും. നേരത്തെ ഉറങ്ങുന്ന ശീലക്കാരനായ ഞാൻ ഉറക്കംതൂങ്ങി ഒരു കോണിൽ ഇരിപ്പുണ്ടാകും. അവർ പോയ്ക്കഴിഞ്ഞുവേണം ഉറങ്ങാൻ. അതുവരെ മുറി അവരുടെ ഉത്സവസ്ഥലംപോലെയാണ്. ഓരോരുത്തരായി എഴുന്നേറ്റ് കുഴഞ്ഞ ശബ്ദത്തിൽ പരസ്പരം ശുഭരാത്രി നേർന്ന് ഇടറിക്കൊണ്ട് പുറത്തിറങ്ങിയാൽ മാത്രമാണ് മുറി എന്റേതാവുക. അതിനുള്ളിൽ മദ്യത്തിന്റെ, ഇറച്ചിക്കറിയുടെ, സിഗരറ്റിന്റെ ഗന്ധങ്ങൾ കൂടിക്കലർന്ന് ആകെ ശ്വാസംമുട്ടിക്കുന്ന അന്തരീക്ഷമാവും. ആ വ്യാമിശ്രതയിലാണ് എന്റെ നിദ്ര. അതിലേയ്ക്ക് ഒറ്റ സ്വപ്നവും കടന്നുവരില്ല. കാരണം സ്വപ്നങ്ങൾക്കു വരാൻ പറ്റുന്ന സാഹചര്യമായിരുന്നില്ല.

അങ്ങനെ ദിനരാത്രങ്ങൾ കഴിയവേ, ബിസിനസ്സുകാരൻ ഒരുനാൾ എന്നോട് പറഞ്ഞു:

'എന്റെ ഒരു ചങ്ങാതി ഇങ്ങോട്ട് ട്രാൻസ്ഫറായി വരുന്നുണ്ട്. പോലീസിലാണ്. ക്വാർട്ടേഴ്സ് കിട്ടുന്നതുവരെ ഈ മുറിയിൽ താമസിപ്പിക്കണം. യാതൊരു ഉപദ്രവവും ഉണ്ടാവില്ല. രാവിലെ ഡ്യൂട്ടിക്കുപോയാൽ രാത്രിയിലേ വരൂ. ചിലപ്പോ രാത്രിയിലും കാണും ഡ്യൂട്ടി.'

സിനിമയ്ക്കായി കാശ് മുടക്കുന്നയാൾ പറയുകയാണ്. എങ്ങനെ തള്ളിക്കളയും? മുറി ഒരപരിചിതനുമായി, അതും ഒരു പോലീസ് ഇൻസ്പെക്ടർ, പങ്കിടുകയെന്നത് സുഖമുള്ള ഏർപ്പാടല്ല. ഏതാനും ദിവസത്തേയ്ക്കുള്ള ഒരു താൽക്കാലിക അഡ്ജസ്റ്റായതുകൊണ്ട് സമ്മതിക്കുക തന്നെ. വേറെ പോംവഴി ഉണ്ടായിരുന്നില്ലതാനും.

പുതിയ അതിഥി പിറ്റേന്ന് വൈകിട്ടോടെ എത്തിച്ചേർന്നു. ഞാൻ മനസ്സിൽ സങ്കല്പിച്ചതുപോലെ സ്ഥൂലഗാത്രനോ കുടവയറനോ അല്ല. കൊമ്പൻമീശക്കാരനുമല്ല. സുഭഗനായ ഒരു ചെറുപ്പക്കാരൻ. മൃദുസ്വഭാവി. അനിഷ്ടത്തിന് ഇടയാക്കാത്ത പെരുമാറ്റരീതി. ഇതിനൊക്കെ പുറമേ തലസ്ഥാനത്തെ വിമൻസ് കോളേജിൽ പഠിക്കുന്ന ഒരു പെൺകുട്ടിയുമായി തീവ്രമായ പ്രണയത്തിലുമാണ്. നവാതിഥിയെക്കുറിച്ച് എനിയ്ക്ക് തികഞ്ഞ മതിപ്പുതോന്നി. ഞങ്ങൾ എത്രയും പെട്ടെന്നുതന്നെ സുഹൃത്തുക്കളായി.

രാവിലെ എന്റെ മുന്നിൽനിന്ന് യൂണിഫോം ധരിച്ച് അയാൾ ചുമതലയേൽക്കാൻ ഇറങ്ങി. ഞാൻ തിരക്കഥയിലേയ്ക്ക് തിരികെ ചെന്നു. അപ്പോഴാണ് ഫോൺ ശബ്ദിച്ചത്. ഞാൻ റിസീവറെടുത്തു.

'എടാ നീ പോയി ചാർജ്ജെടുക്ക്. പക്ഷേങ്കില് ഒന്നുറപ്പിച്ചോ, അധികം നീ വാഴില്ല ഇവിടെ. ആരോടാണ് കളിച്ചതെന്ന് നിനക്ക് ഓർമ്മയുണ്ടല്ലോ. നിന്റെ കയ്യും കാലും വെട്ടി ശംഖുമുഖത്തെ പട്ടികൾക്ക് എറിഞ്ഞു കൊടുക്കും. അപ്പോഴേ നീ പഠിക്കൂ..' ഞാൻ വിറച്ചുപോയി. കാതിൽ വന്നുവീണ വാക്കുകളോരോന്നും വിഷം പുരട്ടിയ അമ്പുപോലെ.

എനിക്കെന്തെങ്കിലും വിശദീകരിക്കാൻ കഴിയുംമുമ്പ് അങ്ങേത്തലയ്ക്കൽനിന്നുള്ള പരുഷവചനങ്ങൾ നിലച്ചു. ഞാൻ വേപഥുവോടെ റിസീവർ ക്രാഡ്ലിൽ വെച്ച് തിരക്കഥയിലേയ്ക്കു മടങ്ങി. ഇല്ല, അധികനേരമെടുത്തില്ല. വീണ്ടും ഫോൺ ശബ്ദിക്കുകയായി. ഇപ്പോൾ കേട്ടത് ആദ്യം കേട്ടതിലേറെ മൂർച്ചയുള്ള ഭീഷണി. എന്റെ സപ്തനാഡികളും തളർന്നു. ഞാൻ അങ്ങേര് ഉദ്ദേശിക്കുന്ന വ്യക്തിയല്ലെന്നു പറഞ്ഞുകേൾപ്പിച്ചപ്പോൾ അങ്ങേതലയ്ക്കൽ ഒരിത്തിരി സംശയാത്മകത.

'റൂംനമ്പർ 301 അല്ലേ?'

'അതെ. റൂംനമ്പർ അതുതന്നെ. പക്ഷേ...'

'301 ലാണ് അവൻ താമസിക്കുന്നതെന്ന് എനിക്കറിയാം. നീ അവന്റെ കൂട്ടുകാരനാണെങ്കിൽ വരുമ്പോൾ പറഞ്ഞേക്ക്.'

അയാൾ വൈകിട്ട് വന്നപ്പോൾ ഞാനതറിയിച്ചു. പല ഫോൺവിളികൾക്ക് അതിനോടകം ഞാൻ കാതു കൊടുത്തിരുന്നു.

'സാരമില്ല, ചില ശത്രുക്കളുണ്ട് ഇവിടെ. അതു നിങ്ങൾ കാര്യമാക്കേണ്ട.' അയാൾ ഒട്ടും ചഞ്ചലചിത്തനാകാതെ പറഞ്ഞു

പക്ഷേ, എന്റെ നില പരുങ്ങലിലായിക്കഴിഞ്ഞിരുന്നു. ആരൊക്കെയോ തുടരെ ഫോണിൽ വിളിച്ച് ഭയപ്പെടുത്തുന്നതിനിടയിലാണ് ഞാൻ എഴുത്ത് തുടരേണ്ടത്. എന്റെ സ്വസ്ഥത പോയ്പ്പോയി. നാളെയും ഇതാവർത്തിക്കുകയാണെങ്കിൽ എന്തുചെയ്യുമെന്ന ആധിയായി.

രാത്രി ഏതോ നേരത്ത് എന്റെ കൈ നീണ്ടുചെന്ന് കിടക്കയിലുള്ള തണുത്ത ഒരു വസ്തുവിൽ തട്ടി. ഞാൻ ഉൾക്കിടിലത്തോടെ ചാടിയെഴുന്നേറ്റ് ലൈറ്റിട്ടു.

ഡബിൾ കോട്ട് ബെഡ്ഡിൽ എനിയ്ക്കും അയാൾക്കുമിടയിലായി ഒരു കൈത്തോക്കായിരുന്നു.

എന്റെ ദേഹം ഉള്ളിൽ ഭയം പെരുകിയതിനെത്തുടർന്ന് അനിയന്ത്രിതമായി വിയർത്തു.

ഞാൻ ആശങ്കയോടെ നോക്കിക്കൊണ്ടിരിക്കെ അയാൾ കണ്ണുതുറന്ന് ഉറക്കച്ചടവോടെ പറഞ്ഞു:

'എപ്പോഴാ വല്ലവനും കയറിവരികാന്ന് അറിയില്ല. കരുതിയിരിക്കണമല്ലോ.'

പിന്നെ ലൈറ്റണയ്ക്കാൻ നിർദ്ദേശിച്ച് അയാൾ തിരിഞ്ഞുകിടന്നു. കൈത്തോക്ക് യഥാസ്ഥാനത്തുണ്ടായിരുന്നു.

'കൈ നീട്ടുമ്പോ സൂക്ഷിക്കണം. ലോഡ് ചെയ്തതാണ്.' വീണ്ടും ഉറക്കത്തിലേയ്ക്ക് വീഴുംമുമ്പേ അയാൾ മുന്നറിയിപ്പ് നൽകി.

ലൈറ്റണച്ച് കിടന്നുവെങ്കിലും എനിക്ക് പിന്നീട് ഉറങ്ങാനായില്ല. അയാൾ ചെറുതായി കൂർക്കംവലിച്ചു തുടങ്ങിയിരുന്നു. ഞാൻ ഇരുട്ടിലേക്ക് കണ്ണുകൾ തുറന്നുപിടിച്ച് അനക്കമറ്റ മട്ടിൽ കിടന്നു. പാതിവഴിയ്ക്കെത്തിയ തിരക്കഥയിലെ എഴുതിയതും എഴുതാനിരിക്കുന്നതുമായ ദൃശ്യങ്ങളെ മുഴുവൻ മായ്ച്ചുകളഞ്ഞ് എന്റെ മനസ്സിൽ ഒരു റിവോൾവർ അതിന്റെ കരാളനിശബ്ദതയുമായി നിറഞ്ഞുനിന്നു.

സെൻട്രൽ ജയിലിലെ സന്ധ്യ

ബാല്യം മുതൽ ഇന്നോളമുള്ള ജീവിതത്തിലേയ്ക്ക് തിരിഞ്ഞുനോക്കുമ്പോൾ സൗഹൃദത്തിന്റെ അനുഭവങ്ങൾ നിരവധിയാണ്. ഒരേ ബെഞ്ചിലിരുന്ന് പഠിച്ചവർ, ഒപ്പം കളിച്ചുനടന്നവർ, ജീവിതത്തെക്കുറിച്ചുള്ള അമ്പരപ്പും വിസ്മയവും പങ്കിട്ടവർ, ഒപ്പം വളർന്നവർ എന്നിങ്ങനെ ഒരു വിഭാഗം. അല്പംകൂടി മുതിർന്ന ഘട്ടത്തിൽ കൂടെ എഴുതുന്നവർ, വായനക്കാർ എന്നിങ്ങനെ മറ്റൊരു വിഭാഗം. എല്ലാ സൗഹൃദങ്ങളും ഗാഢമായിരുന്നു എന്നു പറയാനാവില്ല. ചില സൗഹൃദങ്ങളുടെ ഗാഢത തിരിച്ചറിയാൻ വൈകിയിട്ടുമുണ്ട്. അങ്ങനെയൊരു തിരിച്ചറിവിന്റെ സന്ദർഭം ഓർമ്മയിലെത്തുന്നു.

കണ്ണൂർ സെൻട്രൽ ജയിലിലെ ഒരു വാർഡൻ ഒരു സന്ധ്യാനേരത്ത് തനിക്ക് വേണ്ടപ്പെട്ട ഒരാൾ അന്ന് ജയിലിലെത്തിയിട്ടുണ്ടെന്ന് കേട്ട് വെമ്പലോടെ തടവുകാരനെ പാർപ്പിച്ച ബ്ലോക്കിലേയ്ക്ക് നടക്കുകയാണ്.

ഒടുവിൽ അവിടെ എത്തിച്ചേരുന്നു.

വിശാലമായ ഹാൾ പോലുള്ള ബ്ലോക്കാണ്. ഒന്നിലധികം വാതിലുകളുമുണ്ട്. അവ അടച്ചുകഴിഞ്ഞു.

വാർഡൻ ഒരു വാതിലിന്റെ തടിച്ച ഇരുമ്പഴികളിൽ പിടിച്ചുനിന്ന് അകത്തേയ്ക്ക് നോക്കുന്നു. അകത്ത് നിരവധി തടവുകാരുണ്ട്. രാത്രിയിലേയ്ക്കുള്ള ചപ്പാത്തിയും ഉരുളക്കിഴങ്ങുകറിയും ക്യൂനിന്ന് വാങ്ങി തിരിച്ചെത്തിയതേ ഉള്ളു. പകൽവെളിച്ചം മാഞ്ഞുകഴിഞ്ഞില്ല. അത്താഴം വിതരണം ചെയ്യപ്പെടുക സന്ധ്യയ്ക്കുമുമ്പായാണ്. വേണ്ടവർക്ക് ചൂടാറും മുമ്പേ ഉടനെ കഴിക്കാം. അതല്ലെങ്കിൽ രാത്രിയാവോളം കാത്തിരിക്കാം. ക്ഷമാശീലർ കാത്തിരിക്കുകയും മറ്റുള്ളവർ കിട്ടിയപാടെ അത്താഴം കഴിച്ചുതീർക്കുകയും ചെയ്യും.

വാർഡൻ ഇരുമ്പഴികളിൽ പിടിച്ച് അകത്തേയ്ക്കു നോക്കുമ്പോൾ

ചില തടവുകാർ അത്താഴം കഴിക്കുന്ന തിരക്കിൽ. മറ്റുള്ളവർ അത്താഴ പ്പാത്രം ശയ്യോപകരണങ്ങൾക്കരികെ ഭദ്രമായി വെച്ച് കൂടിയാലോചന കളിൽ.

ഇനി അരങ്ങേറുന്നത് വാർഡനും തടവുകാരനും തമ്മിലുള്ള കൂടി ക്കാഴ്ചയാണ്. അവർ വളരെ നാളുകൾക്കുശേഷം പരസ്പരം കാണുക യായിരുന്നു. അല്പം കഴിഞ്ഞപ്പോൾ വാർഡൻ തടവുകാരനെ നോക്കി അനിയന്ത്രിതമായി ഏങ്ങലടിച്ചുകരയാൻ തുടങ്ങി. വിധി ഇങ്ങനെ ചെയ്തല്ലോ... വിധി ഇത്രയും ക്രൂരമായി പെരുമാറിയല്ലോ...

ആ കണ്ണുനീരിനും വിലാപത്തിനും ഒരു പശ്ചാത്തലമുണ്ട്. ആരബ്ധ യൗവനത്തിലുള്ള ഒരദ്ധ്യാപകൻ ഗിരിനിരകൾക്കിടയിൽ ഒട്ടും പരിഷ്കാരമെത്താത്ത, വൈദ്യുതിയോ ടെലഫോണോ, ബസ് സർവ്വീസോ ഇല്ലാത്ത, ചുറ്റിലും നീലക്കുന്നുകൾ നിലയുറപ്പിച്ച ഒരു ഗ്രാമത്തിലെത്തുന്നു. തദ്ദേശിയരും ആദിവാസികളും തിരുവിതാംകൂറിൽ നിന്നുള്ള കുടിയേറ്റക്കാരുമാണ് ഗ്രാമത്തിലെ ജനത. പള്ളിക്കൂടവും അതിനടുത്തുള്ള പോസ്റ്റ് ഓഫീസും രണ്ടുമൂന്നു കടകളും ചേർന്നതാണ് ഗ്രാമചത്വരം. പള്ളിക്കൂടത്തിന്റെ മുറ്റത്ത് കറുത്തിരുണ്ട പാറകളാണ്. പാറപ്പരപ്പിൽനിന്ന് നോക്കിയാൽ അടുത്തും അകലെയും കുന്നുകൾ കാണാം. കുന്നുകളിൽ കാടുകളും വെള്ളിപോലെ തിളങ്ങുന്ന നീർച്ചാലുകളും കാണാം.

ഒരു ക്രിസ്ത്യൻ കുടിയേറ്റകുടുംബം വിറ്റൊഴിഞ്ഞ ചെറിയൊരു വീട് തന്റെ താമസത്തിന്ന് വളരെ യോജിച്ചതായി അദ്ധ്യാപകന് തോന്നി. മറ്റ് അദ്ധ്യാപകർ രണ്ടിടങ്ങളിലായാണ് താമസിക്കുന്നത്. അവരുടെ കൂട്ടത്തിൽ ചേരാതെ ഒറ്റയ്ക്ക് താമസിക്കാനാണ് ഈ യുവ അദ്ധ്യാപകൻ തീരുമാനിച്ചത്. മൺചുവരുകളുള്ള ചെറിയൊരു വീട്. തൊടി പക്ഷേ വിശാലമാണ്. മുറ്റത്ത് കാന്താരിമുളക് പല ചെടികളിലായി തെഴുത്ത് നിന്നിരുന്നു. കുരുമുളക്, കാപ്പി, തെങ്ങ് എന്നിങ്ങനെ പലപല സസ്യങ്ങൾ തൊടിയിലെങ്ങും. താഴേക്കൂടി ഒരു നീർച്ചാലൊഴുകുന്നു. അത് ഇറങ്ങിക്കടന്ന്, ഒരു ഉയരം താണ്ടിവേണം വീട്ടിലെത്താൻ. തൊട്ടടുത്തെങ്ങും അയൽപ്പക്കവീടുകളില്ല. തികഞ്ഞ ഏകാന്തത.

രാത്രിയിൽ അവിടെ ഒറ്റയ്ക്ക് കഴിയുന്നതു ശരിയല്ലെന്ന് വിധിച്ചുകൊണ്ട് രണ്ടു ചെറുപ്പക്കാർ അധ്യാപകന്റെ സ്വകാര്യജീവിതത്തിലേക്ക് കയറിച്ചെല്ലുന്നു. രവി, നാരായണൻ എന്നിങ്ങനെയായിരുന്നു അവരുടെ പേരുകൾ. രണ്ടുപേർക്കും കഷ്ടിച്ച് പതിനെട്ട് വയസ്സ്. രവി എട്ടാംക്ലാസിൽ പഠിപ്പ് നിർത്തിയതാണ്. നാരായണൻ പത്താംക്ലാസ് തോറ്റിട്ടും.

നിത്യേന രാത്രിയാകുമ്പോൾ ഇരുവരും വസതിയിലെത്തുന്നു. അദ്ധ്യാപകൻ അകത്തും അവർ വെളിയിൽ വരാന്തയിലും കിടന്നുറങ്ങുന്നു. വെള്ളിയാഴ്ച വൈകിട്ട് അദ്ധ്യാപകൻ നാട്ടിലേക്ക് പോകും. പിന്നെ വരിക തിങ്കളാഴ്ച രാവിലെ. വെള്ളി, ശനി, ഞായർ രാത്രികളിൽ രവിക്കും നാരായണനും കാവൽജോലിയില്ല. മൂന്നുരാത്രികളിലും ദേശക്കാർ അവരെ കാണുക തെമ്മാടികളായാണ്. വാറ്റുചാരായത്തിന്റെ ലഹരിയിൽ ഉഴറി നടക്കുന്നവർ, പ്രകോപനം സൃഷ്ടിക്കുന്നവർ, സ്വൈരജീവിതത്തിന് തടസ്സം നിൽക്കുന്നവർ, ഭീകരർ. എന്നാൽ തുടർന്നുള്ള രാത്രികളിൽ ഇരുവരും അങ്ങേയറ്റം ശാന്തശീലരാണ്. മദ്യപാനമില്ല, വഴക്കും വക്കാണ

വുമില്ല. സ്വാഭാവികമായും ദേശത്ത് അതൊരു ചർച്ചാവിഷയമായി.

'മാഷ് അവരെ ഉപദേശിക്കണം.' ദേശക്കാർ പലരും യുവ അദ്ധ്യാപകനോട് പറഞ്ഞു.

അദ്ധ്യാപകന് പക്ഷേ, അതിന്റെ ആവശ്യകത ബോധ്യമായില്ല. കാരണം അവർ രണ്ടുപേരും അത്രയേറെ അടുപ്പമുള്ളവരായിരുന്നു. ഒരു കുറ്റവും അവരിൽ ആരോപിക്കാനുണ്ടായിരുന്നില്ല. അവർ നല്ല സുഹൃത്തുക്കളായിരുന്നു.

എന്നിട്ടും സ്നേഹത്തോടെ ഉപദേശിച്ചു: പഠിക്കണമെന്ന്, ജീവിതം അങ്ങനെ അലസമായി തീർക്കരുതെന്ന്. എന്തെങ്കിലും ആകാൻ ശ്രമിക്കണമെന്ന്.

രണ്ടുപേരിൽ ഉപദേശം പിന്തുടർന്നത് ഒരാൾ മാത്രമാണ്.

കുറെ വർഷങ്ങൾക്കുശേഷം സെൻട്രൽജയിലിന്റെ ഒരു ബ്ലോക്കിൽ അതിന്റെ അടഞ്ഞവാതിലിൽ കൈകൾ ചേർത്തുവിതുമ്പുന്നത് അവരിലൊരാളാണ്. നാരായണൻ. ഇരുമ്പഴികൾക്കപ്പുറത്ത് തടവുകാരനായി അവനെ ഉപദേശിച്ച അധ്യാപകനാണ്. അതായത് ഞാൻ.

അധ്യാപകരും എൻ.ജി.ഒ മാരും ചേർന്നുള്ള ശക്തമായ ഒരു സമരത്തിൽ പങ്കെടുത്ത് അറസ്റ്റ് വരിച്ച് സെൻട്രൽജയിലിലെത്തുമ്പോൾ അവിടെ വാർഡനായി നാരായണൻ ഉണ്ടെന്ന് എനിക്കറിയാമായിരുന്നില്ല.

അഴികൾക്കപ്പുറത്ത് നിന്ന് അവൻ കരയുന്നതുകണ്ടപ്പോൾ എന്റെ കണ്ണുകളും നിറഞ്ഞുപോയി.

വെളിയിൽ സന്ധ്യ കനത്തു.

പതുക്കെപ്പതുക്കെ ഇരുട്ട് ഇറങ്ങിവന്നു.

ഇരുമ്പഴികൾക്ക് അപ്പുറത്തും ഇപ്പുറത്തുമായി തടവുകാരനും തടവുകാവൽക്കാരനും നേരം കടന്നുപോകുന്നതറിയാതെ അതേ നിൽപ്പ് പിന്നെയും തുടർന്നു.

രണ്ടു യാത്രക്കാരുമായി ഒരു തീവണ്ടി

'എങ്ങോട്ടാണ്?' അയാൾ ചോദിച്ചു.

'ബാംഗ്ലൂർക്ക്.' ഞാൻ പറഞ്ഞു.

ഞങ്ങൾ മൈസൂർ റെയിൽവേസ്റ്റേഷനിൽ നിർത്തിയിട്ട, പുറപ്പെടേണ്ട നേരമായിട്ടില്ലാത്ത ഒരു പാസഞ്ചർ ട്രെയിനിലായിരുന്നു. മരപ്പലകയുടെ ഇരിപ്പിടങ്ങളുള്ള കമ്പാർട്ടുമെന്റിൽ അപ്പോൾ വേറെ യാത്രക്കാരാരും ഉണ്ടായിരുന്നില്ല. ഫാനുകൾ നിശ്ചലം. നിലത്ത് മധുരനാരങ്ങയുടെയും നിലക്കടലയുടെയും അവശിഷ്ടങ്ങൾ, പൊടി. കമ്പാർട്ടുമെന്റ് തീർത്തും അനാകർഷകമായിരുന്നു.

'എന്തേ ബാംഗ്ലൂർക്ക് തീവണ്ടിയിൽ? ബസിലാകുമ്പോ എളുപ്പം എത്തുമല്ലോ' അയാൾ ഒരു ബീഡി കത്തിക്കാനുള്ള ശ്രമത്തിലായി.

അയാളുടെ ചോദ്യം പ്രസക്തമായിരുന്നു. മൈസൂരിൽനിന്ന് എപ്പോഴോ പുറപ്പെട്ട് ബാംഗ്ലൂരിൽ ഏതോ സമയത്ത് എത്തിച്ചേരുന്ന അനിശ്ചിതത്വത്തിന്റേതായ തീവണ്ടിയിലാണ് ഞാൻ ടിക്കറ്റെടുത്ത് കയറിയത്. മൺമറഞ്ഞ സുൽത്താന്റെ ഉടവാൾ ഇപ്പോഴും തിളങ്ങുന്ന നഗരത്തിൽനിന്ന് ബാംഗ്ലൂരിലേയ്ക്ക് ഒരു പാസഞ്ചർ ട്രെയിനിൽ യാത്ര ചെയ്യുന്നവർ നന്നേ കുറവായിരിക്കും. ഈ സായാഹ്നത്തിനപ്പുറമുള്ള രാത്രി കഴിഞ്ഞാലാവും അവസാനത്തെ താവളത്തിൽ എത്തിച്ചേരുക. വേഗം ഒട്ടുമില്ലാത്ത ട്രെയിനാണ്. ഓരോ ചെറിയ സ്റ്റേഷനിലും നിർത്തിയിടുകയും ചെയ്യും. വേഗത്തിലോടുന്ന ദീർഘദൂര വണ്ടികളത്രയും ഇതിനെ മറി കടന്നുപോകും. ഇരുട്ടിക്കഴിഞ്ഞാൽ പുറം കാഴ്ചകളൊന്നും കാണാനുമാവില്ല. പിന്നെ എന്തിന് ഇങ്ങനെയൊരു മുഷിപ്പൻ യാത്ര?

ഞാൻ വിശദീകരിക്കാൻ തുനിഞ്ഞില്ല. എന്തുകൊണ്ടെന്നാൽ പറയേണ്ടിയിരുന്നത് കടുത്ത നിസ്സഹായതയെക്കുറിച്ചാണ്. കണ്ണൂരിൽനിന്നുള്ള ഒരു ബാംഗ്ലൂർ ബസ്സിൽ രാവിലെ സഞ്ചിയും തോളിലിട്ട് പുറപ്പെട്ടതായിരുന്നു. ബസ് യാത്ര പൊതുവെ ക്ലേശകരമാണ്. വീരാജ്പേട്ട കഴിഞ്ഞതോടെ ഛർദ്ദി തുടങ്ങി. മൈസൂരിലെത്തുമ്പോഴേയ്ക്കും പാടെ അവശ

നായി. രണ്ടുമണിക്കൂറിലധികം പിന്നെയും ബസ്സിലിരിക്കണം. അതാലോചിക്കാൻ പോലും വയ്യാത്ത അവസ്ഥയിലായിരുന്നു.

ബസ്സിറങ്ങുമ്പോൾ ഒരു മൂടൽമഞ്ഞിൽ അകപ്പെട്ടതുപോലെ. തീവണ്ടിയാപ്പീസിലേയ്ക്കുള്ള വഴി പറഞ്ഞുതന്നത് ഒരു ട്രാഫിക് കോൺസ്റ്റബിളാണ്. മൈസൂർപ്പട്ടിന്റെ പളപളപ്പോ, ചന്ദനഗന്ധമോ അറിയാതെ ചരിത്രത്തിലെ കടുവയുടെ മുരൾച്ച കേൾക്കാതെ, രാജകൊട്ടാരം കാണാതെ ഞാൻ നടന്നു. മനംമടുപ്പ് ശമിച്ചിരുന്നില്ല.

മുന്നിലിരുന്ന പുക വലിക്കുന്ന യാത്രക്കാരൻ ഞാൻ ചോദിക്കാതെ തന്നെ അയാളുടെ സഞ്ചാര പദ്ധതി വിവരിച്ചു. അയാൾ ബാംഗ്ലൂരിലേക്കല്ല. ബാംഗ്ലൂരിന് കുറേ മുമ്പുള്ള ഒരു ഹള്ളിയിലേയ്ക്കാണ്. അവിടെ വീടുണ്ട്. ഇത്തിരി നിലവും. അതിനുപുറമെ നിലം പാട്ടത്തിനെടുത്ത് കൃഷി ചെയ്യുമായിരുന്നു.

ശ്രീകൃഷ്ണ ആലനഹള്ളിയുടെ ഭുജംഗയ്യൻ എന്റെ മനസ്സിലേയ്ക്ക് വന്നു. ഒരുപക്ഷേ, അതുതന്നെയാവാം അയാളുടെ പേര്. ഞാനത് ചോദിച്ചില്ല. അയാൾ മറ്റൊരു ബീഡി പുറത്തെടുത്തു. ഇത്തവണ എന്നോട് വേണോ എന്ന് ചോദിക്കാനുള്ള മര്യാദയുണ്ടായി. ബീഡി വലിക്കുന്നതു പോയിട്ട് ഉമിനീരിറക്കാൻപോലും വയ്യാത്ത അവസ്ഥയിലായിരുന്നതുകൊണ്ട് ഞാൻ വേണ്ടെന്ന് പറഞ്ഞു. അയാൾ ഏതൊക്കെയോ ഊരുകൾ താണ്ടി മൈസൂരിലെത്തിയതായിരുന്നു. വ്യഥിതമായ അലച്ചിൽ. വാശി, വൈരാഗ്യം.

ഇപ്പോൾ?

തിരികെ വീട്ടിലേയ്ക്ക്.

മഴ പെയ്താൽ വീട് ചോർന്നൊലിക്കും. മഴ പെയ്തുതുടങ്ങിയാൽ ഒരിക്കലും അവസാനിക്കില്ലെന്ന് തോന്നും. നാലും അഞ്ചും ദിവസം നിർത്താതെ പെയ്യും. മഴക്കാലം വരാറായി. അതിനുമുമ്പ് വീട് പുതുക്കിപ്പണിയണം. കാളകൾ രണ്ടെണ്ണമുണ്ടായിരുന്നു. അവ എങ്ങും പോയിരിക്കില്ല. മക്കൾ രണ്ടുപേർക്കും കൃഷിയിൽ താൽപ്പര്യമില്ല. മടിയന്മാരാണ്. അവരെ അങ്ങനെ വിട്ടാൽ പറ്റില്ല. കുറച്ചുകൂടി നിലം പാട്ടത്തിനെടുത്ത് രണ്ടുപേരെക്കൊണ്ടും സ്വന്തം നിലക്ക് കൃഷി ചെയ്യിക്കണം. പെണ്ണ് കെട്ടിക്കണം. പേരക്കിടാങ്ങളെ ലാളിച്ചു വളർത്തണം.

കന്നഡയും മലയാളവും കലർത്തി അയാൾ പറഞ്ഞുകൊണ്ടേയിരുന്നു. തീവണ്ടിക്ക് അനക്കമില്ല. യാത്രക്കാരാരും കയറിവന്നില്ല.

വെളിച്ചം മങ്ങുകയാണ്.

ഒട്ടും വിശപ്പില്ലാതിരുന്നിട്ടും അയാൾ സ്നേഹത്തോടെ വെച്ചുനീട്ടിയ

മധുരനാരങ്ങ ഞാൻ നിരാകരിച്ചില്ല. അത് അത്താഴമായി. ആകെക്കൂടി കൈയിലുണ്ടായിരുന്ന ചണസഞ്ചി തലയണയാക്കി ഞാൻ തട്ടിൽ കയറി കിടന്നു.

ഏതുനേരത്താണ് വണ്ടി തന്റെ ഗ്രാമത്തിലെത്തുകയെന്ന് അയാൾക്ക് കൃത്യമായി അറിയാമായിരുന്നില്ല. എങ്കിലും കുറച്ചുനേരം കിടന്നേക്കാമെന്നു പറഞ്ഞ് താഴത്തെ ഇരിപ്പിടത്തിൽ അയാളും നീണ്ടുനിവർന്നുകിടപ്പായി. വണ്ടി പുറപ്പെടുന്നതിനെക്കുറിച്ച് ഒരു സൂചനയും ഇല്ല. എന്റെ കണ്ണുകളിൽ ഉറക്കം കനം തൂങ്ങി. അടുത്ത ഏതോ നിമിഷത്തിൽ ഞാൻ ഉറക്കമായി. ഉണർത്തിയത് ആരുടെയോ ഉച്ചത്തിലുള്ള ശബ്ദമാണ്.

കമ്പാർട്ടുമെന്റ് തൂത്തുവെടിപ്പാക്കാൻ വന്ന റെയിൽവേ ജീവനക്കാരനായിരുന്നു. അയാൾ പറഞ്ഞാണ് അറിഞ്ഞത് വണ്ടി ബാംഗ്ലൂരിലെത്തി നിൽക്കുകയാണെന്നും വന്നിട്ട് ഏറെനേരമായെന്നും. ഒരു രാത്രി കഴിഞ്ഞുവന്ന പകൽവെളിച്ചമായിരുന്നു വണ്ടിക്കുള്ളിൽ. വണ്ടി മൈസൂരിൽനിന്ന് വിട്ടതോ, ബാംഗ്ലൂരിലെത്തിയതോ ഞാൻ അറിഞ്ഞില്ല. ബോധമറ്റതുപോലുള്ള നെടുനിദ്രയായിരുന്നു. ചണസഞ്ചി മോഷ്ടിക്കപ്പെടാതെ തലക്കുകീഴെത്തന്നെ ഉണ്ട്. ഞാൻ അതുമായി താഴേക്കിറങ്ങി.

എന്നെ ഒരത്ഭുതം കാത്തിരിക്കുന്നുണ്ടായിരുന്നു. അയാൾ കിടന്നുറങ്ങുകയാണ്. എപ്പോഴോ ഇറങ്ങിപ്പോകേണ്ടതായിരുന്നു. എനിക്കു ചിരിയാണ് വന്നത്. കമ്പാർട്ടുമെന്റിൽ ഞങ്ങൾ രണ്ടുപേരൊഴികെ വേറെ യാത്രക്കാരാരുമില്ല. ഉറങ്ങാൻ നേരത്തുള്ള അതേ സ്ഥിതി. മധുരനാരങ്ങയുടെ തോടും കുരുക്കളും നിലത്ത് ചിതറിക്കിടക്കുന്നു.

സ്വീപ്പർ അക്ഷമനായി എന്തോ പറഞ്ഞു. കണ്ടമാനം റാക്കു മോന്തി വെളിവു കെട്ടതാകുമെന്നോ മറ്റോ. ഞാനത് ഖണ്ഡിക്കാൻ തുനിഞ്ഞില്ല. ഉടനെ വേണ്ടിയിരുന്നത് കഴിവതും വേഗത്തിൽ കമ്പാർട്ടുമെന്റ് ഒഴിഞ്ഞുകൊടുക്കുകയാണ്. സ്വീപ്പർക്ക് അത് തൂത്തുവെടിപ്പാക്കണം. തീവണ്ടിക്കാണെങ്കിൽ മടങ്ങിപ്പോവുകയും വേണം.

'എഴുന്നേൽക്ക് മനുഷ്യാ...' സ്വീപ്പർ ഒച്ചയിട്ടു.

പക്ഷേ ഫലമുണ്ടായില്ല. ഞാൻ അയാളുടെ മുഖത്തിനടുത്തേക്ക് ചെന്നു. ശാന്തമായ ഉറക്കമാണ്. ഇറങ്ങുന്നില്ലേ എന്നു ചോദിച്ചുകൊണ്ട് ഞാനയാളുടെ ചുമലിൽ തൊട്ടു. നരച്ചമുടിയും കൺപുരികങ്ങളും താടിയും വരണ്ട ചർമ്മവും ചുളിവുകളുമായി പഴയൊരു സഞ്ചി നെഞ്ചിൽ ചേർത്തുപിടിച്ച് മലർന്നുകിടക്കുകയായിരുന്ന അയാൾ എന്റെ സാന്നിദ്ധ്യം അറിഞ്ഞതേയില്ല. സ്വീപ്പറുടെ വായിൽനിന്നുവീണ ഒരു ശകാരപദം നിലത്തെ അഴുക്കിൽ കലർന്നു.

ഉപമപോലെ ഒരു സന്ധ്യ

അവസാനകാലത്തെന്നോ കണ്ടുമുട്ടിയപ്പോൾ വിദൂരമായ ഒരു സന്ധ്യയുടെ ഓർമ്മയിലേയ്ക്ക് മുരളി എന്നെ കൊണ്ടുപോവുകയുണ്ടായി. പുളിമൂട് ജംഗ്ഷനിൽ പതിവില്ലാത്തവിധം ഒരാൾക്കൂട്ടം. പലരും അന്തംവിട്ട് നിൽക്കുകയാണ്. ഞങ്ങൾ യൂണിവേഴ്സിറ്റി ഓഫീസിൽനിന്നിറങ്ങി തിരുവനന്തപുരത്തിന്റെ നീളവും വീതിയും അളക്കാനെന്നപോലെ പല നിരത്തുകളിലൂടെ നടന്ന് അവിടെ എത്തിയതായിരുന്നു. എന്താണ് കാര്യമെന്നറിയാനായി ഞങ്ങൾ ആൾക്കാർക്കിടയിലേക്ക് നൂണുകടന്നു. പതുക്കെപ്പതുക്കെ ഒരു വിസ്മയക്കാഴ്ച ഞങ്ങൾക്കും വെളിവായി. കടവരാന്തയിൽ മാലോകർക്ക് കാണാൻ പാകത്തിൽ ഒരു ടെലിവിഷൻ സെറ്റ്. അതിൽ രൂപങ്ങൾ ഇളകിക്കൊണ്ടിരുന്നു. ചെറിയ രണ്ടു കുട്ടികളെപ്പോലെ ഞങ്ങൾ മിഴിച്ചുനിന്നു. ടെലിവിഷൻ ആദ്യമായി കാണുകയായിരുന്നു.

മുരളി എന്നെ ഓർമ്മിപ്പിച്ചത് ആ ചരിത്രമുഹൂർത്തമാണ്. കൗതുകകരമായ മറ്റൊരനുഭവം കൂടി അതിന്റെ അനുബന്ധമായി എന്റെ മനസ്സിലുണ്ടായിരുന്നു. ആൾക്കൂട്ടത്തിൽനിന്ന് ഊർന്നിറങ്ങി ഇരുണ്ട ഏതൊക്കെയോ ഊടുവഴികളിലൂടെ നടക്കവേ പൊടുന്നനെ മുരളി എന്റെ കൈപിടിച്ച് ഒരു മതിലിനടുത്തേക്ക് മാറി. ഒപ്പം നിശ്ശബ്ദത പാലിക്കാനുള്ള ആംഗ്യവും. ഞങ്ങൾക്കു പോകേണ്ട ഭാഗത്തുനിന്ന് ആരോ വടിവുകെട്ട സ്വരത്തിൽ പാടിക്കൊണ്ട് ഇടറിവരുന്നുണ്ടായിരുന്നു. മതിലിനോട് ചേർന്ന് ഞങ്ങൾ പതുങ്ങിനിൽക്കേ അയാൾ കടന്നുപോയി. മുരളി അതാരെന്ന് എന്റെ കാതിൽ പറഞ്ഞു. ഒരെഴുത്തുകാരനാണ്. മദ്യപിച്ച നേരങ്ങളിൽ അപകടകാരി. രക്ഷപ്പെട്ടതിലുള്ള ആശ്വാസത്തോടെ ഞങ്ങൾ നടന്നുതുടങ്ങിയതും പിറകിൽ നിന്നൊരു വിളി.

'എടാ, മുരളീ... അങ്ങനെയങ്ങ് പോകാൻ വരട്ടെ!'

തൈക്കാട്ടെ ചെറിയൊരു ലോഡ്ജിലായിരുന്നു അക്കാലത്ത് മുരളി

താമസിച്ചിരുന്നത്. മറ്റു അന്തേവാസികളിൽ നരേന്ദ്രപ്രസാദുമുണ്ട്. അവർക്കിടയിലായി നാടകം, കവിത, സിനിമ, കഥ എന്നിങ്ങനെ പല കുടിയിരിപ്പുകൾ. വരികയും പോവുകയും ചെയ്യുന്ന ഉപാസകർ. ചിലർക്ക് വാറ്റുചാരായത്തിന്റെ ഗന്ധമാവും. ചിലർക്ക് കഞ്ചാവിന്റെ.

മുരളിയുടെയും എന്റെയും നീണ്ട സൗഹൃദത്തിന്റെ ഒന്നാംഘട്ടത്തിലെ തിരുവനന്തപുരം ഉണർവ്വിന്റെ നഗരമായിരുന്നു. രാഷ്ട്രീയത്തിന് അന്നും മേൽക്കൈ ഉണ്ടായിരുന്നെങ്കിലും കലയുടെയും സംസ്കാരത്തിന്റെയും മേഖലകൾ തികച്ചും സജീവമായിരുന്നു. നാടകത്തിലേയ്ക്കും സിനിമയിലേയ്ക്കും കവിതയിലേയ്ക്കും കഥയിലേയ്ക്കും പുതിയ പുതിയ ഊർജ്ജപ്രവാഹങ്ങൾ. ഇടതുപക്ഷ ചിന്തകൾക്ക് പുതിയ തീവ്രത. വരാനിരിക്കുന്ന എന്തോ ഞങ്ങൾ ഇരുവരെയും വല്ലാതെ മോഹിപ്പിച്ചുകൊണ്ടിരുന്നു. ഉറക്കത്തിലും അല്ലാതെയും ഞങ്ങൾ സ്വപ്നം കണ്ടു. കവിതകൾ ചൊല്ലിയും കഥകൾ പറഞ്ഞും ഞങ്ങൾ ഒരുപാട് നടന്നു.

പഴവങ്ങാടിയിൽ നിന്നു തുടങ്ങുന്ന തകരപ്പറമ്പുറോഡിലെ ഒരു ടൂറിസ്റ്റ്ഹോമിലിരുന്ന് ഞാൻ, 'മറ്റൊരാൾ' എന്ന ചിത്രത്തിന്റെ (1986) തിരക്കഥയെഴുതുമ്പോൾ മിക്ക ദിവസങ്ങളിലും വൈകുന്നേരത്ത് മുരളി മുറിയിലേയ്ക്ക് വരുമായിരുന്നു. യൂണിവേഴ്സിറ്റി ജീവനക്കാരനെന്ന നിലയിലുള്ള ജോലി തീർത്തുവരികയാണ്. ഞാറ്റടി, മീനമാസത്തിലെ സൂര്യൻ, ചിദംബരം എന്നീ ചിത്രങ്ങളിൽ പ്രത്യക്ഷപ്പെടുകയുണ്ടായെങ്കിലും മുരളിയുടെ സാന്നിദ്ധ്യം സിനിമയിൽ വേണ്ടത്ര തെളിഞ്ഞുവന്നിരുന്നില്ല. മുരളിയ്ക്കാണെങ്കിൽ സിനിമ ഒരാവേശമായിരുന്നില്ല താനും. എഡ്വേർഡ് ആൽബിയുടെ നാടകം സ്വയം ഭാഷാന്തരം ചെയ്ത് അരങ്ങത്ത് അവതരിപ്പിക്കുന്നത് ഞാൻ കണ്ടിട്ടുണ്ട്. അപ്പോഴത്തെ വീറും ഉത്സാഹവും പറഞ്ഞറിയിക്കാനാവാത്തതാണ്. മീനമാസത്തിലെ സൂര്യനിലെ ചില നിശ്ചലചിത്രങ്ങൾ ഒരു സായന്തന സവാരിയിൽ എന്നെ കാട്ടിയത് ഒട്ടും ആവേശത്തോടെയായിരുന്നില്ല. ഞാറ്റടി റിലീസ് ചെയ്യുകയുണ്ടായില്ല. ചിദംബരത്തിലാണെങ്കിൽ ഒരു സീൻ മാത്രം. എനിക്കിവിടെ ഉറപ്പിച്ചുപറയാൻ കഴിയുന്ന ഒരു വസ്തുത, മുരളിയ്ക്ക് സിനിമയിൽ സ്ഥാനമുറപ്പിക്കണമെന്ന ആഗ്രഹം അക്കാലത്ത് ഒട്ടും തന്നെ ഉണ്ടായിരുന്നില്ലെന്നതാണ്. തകരപ്പറമ്പു റോഡിലെ എന്റെ മുറിയിലേയ്ക്ക് മുരളി വരാറുണ്ടായിരുന്നത് സൗഹൃദം പങ്കിടാൻ മാത്രമായിരുന്നു. സംവിധായകനായ കെ.ജി. ജോർജ്ജുമായി അടുത്ത് പരിചയപ്പെടുന്നത് അങ്ങനെയാണ്. ചിത്രത്തിലെ ഒരു പ്രധാന റോളിലേയ്ക്ക് ഞാൻ മുരളിയെ നിർദ്ദേശിച്ചപ്പോൾ വലുതായ ആലോചനയോ, ചർച്ചയോ കൂടാതെ തന്നെ

അത് അംഗീകരിക്കപ്പെട്ടു. പക്ഷേ ഷൂട്ടിംഗ് തുടങ്ങിയപ്പോഴേയ്ക്കും റോൾ മാറി. സ്വാഭാവികമായും എനിക്കതിൽ വലിയ വിഷമം തോന്നി. എന്നാൽ മുരളി നഷ്ടബോധമോ ഇച്ഛാഭംഗമോ കാട്ടുകയുണ്ടായില്ല. ഞങ്ങളുടെ സ്വകാര്യസംഭാഷണത്തിൽ പോലും. ഞാൻ തൊട്ടടുത്തിരിക്കെ സെറ്റിൽ വെച്ച് ഒരു ഫിലിം ജേർണലിസ്റ്റ് അണിയറക്കഥയെക്കുറിച്ച് തിരക്കിയപ്പോൾ മുരളിയുടെ പ്രതികരണം അങ്ങനെയൊരു കാര്യം സംഭവിച്ചിട്ടേ ഇല്ലെന്ന മട്ടിലായിരുന്നു. എനിയ്ക്ക് അതൊരു അനുഭവപാഠമായി.

'മറ്റൊരാൾ' ന്റെ ഷൂട്ടിംഗ് ദിനങ്ങളത്രയും എന്റെ ഓർമ്മയിലുണ്ട്. തിരുവനന്തപുരത്ത് ജവഹർനഗറിലും ശംഖുമുഖത്തും കിഴക്കേ കോട്ടയിലുമൊക്കെയാണ് ചിത്രീകരണം നടന്നത്. തന്റെ ഭാഗം ഇല്ലെങ്കിലും നേരം കിട്ടുമ്പോഴൊക്കെ മുരളി സെറ്റിലേക്ക് വരുമായിരുന്നു. ഒരു പാതിരാത്രിയ്ക്ക് യാദൃച്ഛികമായി സെറ്റിലെത്തിയ ജോൺ എബ്രഹാം, അന്നേരത്ത് മമ്മൂട്ടിയെയും ഉർവ്വശിയെയും വെച്ച് ചിത്രീകരിച്ചുകൊണ്ടിരുന്ന സീനിൽ തന്റെ വകയായി ഒരു കുട്ടനാടൻ നാടൻപ്പാട്ട് (ആലപ്പുഴക്കാരൻ കേശവനാശാന്റെ എന്ന് തുടക്കം) ചേർത്തപ്പോൾ ഏറ്റവും ഉച്ചത്തിൽ താളമടിച്ചുപാടിയത് മുരളിയാണ്. ഇനിയൊരോർമ്മയിൽ മുരളിയുടെ ഡ്രൈവിംഗ് പരിശീലനമാണ്. 'മറ്റൊരാൾ' ലെ തന്റെ കഥാപാത്രത്തിനുവേണ്ടി നിർമ്മാതാക്കളിലൊരാളായ ബഷീറിന്റെ ഫിയറ്റ് കാറിലാണ് മുരളി ഇൻസ്റ്റന്റ് ഡ്രൈവിംഗ് പരിശീലനം നേടിയത്. ജവഹർനഗറിലെ റോഡിലൂടെ മുരളി ഡ്രൈവ് ചെയ്തുവരുന്ന ദൃശ്യം ചിത്രീകരിക്കുമ്പോൾ കണ്ടുനിന്നിരുന്ന ഞങ്ങൾക്കൊക്കെ എന്തൊരു ചങ്കിടിപ്പായിരുന്നെന്നോ! ശ്വാസം നേരെ വീണത് കാർ വീടിന്റെ ഗേയ്റ്റിലെത്തി തികച്ചും സാധാരണ മട്ടിൽ ബ്രേക്കിട്ടപ്പോഴാണ്.

ലെനിൻരാജേന്ദ്രന്റെ 'പുരാവൃത്ത' മായിരുന്നു ഞങ്ങൾ ഒരുമിച്ച രണ്ടാമത്തെ ചിത്രം. നായകൻ പ്രമുഖ ഹിന്ദി നടനായ ഓംപുരി. എൺപത്തിയേഴിലെ അന്താരാഷ്ട്രചലച്ചിത്ര മേളയ്ക്കായി തിരുവനന്തപുരത്തെത്തിയ ഓംപുരി സൂര്യ കൃഷ്ണമൂർത്തിയുടെ വീട്ടിൽവെച്ചാണ് ഒരു ദിവസം രാവിലെ കഥ കേട്ടത്. കേട്ടപാടെ, ഓംപുരി അഭിനയിക്കാൻ സമ്മതം മൂളി. ഏതാണ്ട് തുല്യപ്രാധാന്യമുള്ള മറ്റൊരു പുരുഷകഥാപാത്രം കൂടിയുണ്ട്. ജോഷിയുടെ 'ന്യൂഡൽഹി'യിലൂടെ ജനപ്രീതിനേടിയ ത്യാഗരാജന്റെ പേരാണ് നിർമ്മാതാവ് നിർദ്ദേശിച്ചത്. ത്യാഗരാജൻ തമിഴിൽ തിരക്കുള്ള നടനാണ്. അപ്പോൾ കൊച്ചിയിൽ ഏതോ മലയാള ചിത്രത്തിൽ അഭിനയിക്കുകയാണ്. ലെനിനും ഞാനും കാണുമ്പോൾ ഒരു സിമിത്തേരിയിൽ നിരവധി പേരുമായി ഉഗ്രമായ സംഘട്ടനത്തിലാ

യിരുന്നു ത്യാഗരാജൻ. നിലാവുള്ള രാത്രി. കുരിശുകൾക്കിടയിലിരുന്ന് ലെനിനും ഞാനും ചേർന്ന് കഥ പറഞ്ഞു. ത്യാഗരാജന് റോൾ സ്വീകാര്യമായി. പക്ഷേ പറഞ്ഞ സമയത്ത് ഷൂട്ടിംഗ് തുടങ്ങാനാവാതെ വന്നതുകൊണ്ട് തമിഴിലെ ഷെഡ്യൂളുമായി ഇടഞ്ഞ് ത്യാഗരാജന് വാക്കുപാലിക്കാനായില്ല. അതിന്റെ ഗുണം മുരളിക്കായിരുന്നു. ഞങ്ങൾ നേരെ വയനാട്ടിലേയ്ക്ക്. അങ്ങേയറ്റത്തെ ഞെരുക്കങ്ങൾക്കിടയിലായിരുന്നു ഷൂട്ടിംഗ് നടന്നതെങ്കിലും ആ നാളുകൾ ഞങ്ങൾക്ക് ഏറെ പ്രിയപ്പെട്ടവയായി. കല്പറ്റയിൽ നിന്ന് തിരുനെല്ലിയ്ക്ക് പോകുംവഴി ഒരുദിവസം ഞങ്ങൾ വർഗീസിന്റെ ശവകുടീരം സന്ദർശിച്ചു. ഞങ്ങൾക്ക് മുമ്പേ ചെന്ന ആരോ അതിനുമേൽ ചുവന്ന പൂക്കൾ വിതറിയിരുന്നു.

കാത്തിരിക്കാൻ നാട്ടിൽ ഒരു പെൺകുട്ടിയുണ്ടെന്ന് മുരളി മുമ്പേ പറഞ്ഞിരുന്നു. കഥ എഴുതുമെന്ന രഹസ്യം വെളിപ്പെടുത്തുന്നത് 'പുരാവൃത്ത' ത്തിന്റെ ഷൂട്ടിംഗിനിടയിലാണ്. സ്യൂട്ട്കേസിലെ മൂകാംബികയുടെ കൊച്ചുവിഗ്രഹത്തിന് രഹസ്യസ്വഭാവമൊന്നും ഉണ്ടായിരുന്നില്ല. എന്നാൽ കഥകൾ ആത്മരഹസ്യമായി അടിയിലെങ്ങോ സൂക്ഷിച്ചുവെച്ചിരിക്കുകയായിരുന്നു. ഒരു നാൾ അവ പുറത്തെടുത്തു. ഒന്നൊന്നായി എന്നെ വായിച്ചുകേൾപ്പിച്ചു. നാട്ടുപശിമ അവയിലൊക്കെയും തുടിച്ചുനിന്നിരുന്നു.

സവിശേഷമായ വ്യക്തിത്വവും പെരുമാറ്റരീതികളുമുള്ള ഗ്രാമീണരായ കഥാപാത്രങ്ങളും ഗ്രാമജീവിതത്തിന്റെ സ്പന്ദനങ്ങളും നിറഞ്ഞ ആ കഥ

മുരളിയും സി.വി.ബാലകൃഷ്ണനും

കൾ എന്തുകൊണ്ടോ മുരളി പ്രകാശനം ചെയ്യുകയുണ്ടായില്ല. തുടർന്ന് കഥകൾ എഴുതിയുമില്ലെന്ന് തോന്നുന്നു. ഒരുപക്ഷേ, സിനിമയിൽ തിരക്കേറിയതു നിമിത്തമാവാം.

സാധാരണയായി വർഗ്ഗീകരിച്ചു പറയാറുള്ള ചലച്ചിത്രധാരകളിൽ ഒരു അവിഭാജ്യഘടകമായി മാറാൻ മുരളി ഏറെ സമയമെടുത്തില്ല. കാരിരുമ്പിന്റെ കരുത്തുള്ള നായകനും ഹിംസാത്മകതയുടെ ആൾരൂപമായ പ്രതിനായകനും സ്നേഹധനനായ പിതാവും, നിസ്സഹായനായ മദ്യാസക്തനും ഭ്രാന്തനും രാഷ്ട്രീയ അവസരവാദിയും ആദർശവാനായ കമ്മ്യൂണിസ്റ്റുകാരനും കളങ്കിതനും പുണ്യവാളനുമൊക്കെയായി പല പല ഭാവപ്പകർച്ചകളിൽ മുരളിയെ നാം കണ്ടു. നടനെന്ന നിലയിലുള്ള ദൃഢമായ ആത്മവിശ്വാസമായിരുന്നു മുരളിയുടെ കൈമുതൽ. ഒരു വേഷവും മുരളിയ്ക്ക് വെല്ലുവിളിയായിട്ടില്ല. 'നെയ്ത്തുകാര' നിലെ അതിവൃദ്ധനായ അപ്പമേസ്ത്രിയെയും 'പുലിജന്മ' ത്തിലെ കാരിഗുരിക്കളെയും അനായാസമായിത്തന്നെ മുരളിയ്ക്ക് അവതരിപ്പിക്കാനായി.

തന്നിലേയ്ക്ക് വലിച്ചടുപ്പിക്കുന്നവരെ അപ്രതിരോധ്യമായ മായികത കൊണ്ട് കീഴ്പ്പെടുത്തുകയെന്നത് സിനിമയുടെ ഒരു പതിവാണ്. മുരളി അതിന് അതീതനായിരുന്നു. മണ്ണുമായും ജീവിതയാഥാർത്ഥ്യങ്ങളുമായുള്ള ബന്ധം വിച്ഛേദിക്കാതെയും വെറും മിഥ്യകളിൽ അഭിരമിക്കാതെയും മുന്നോട്ടുപോകാൻ കഴിഞ്ഞുവെന്നതാണ് മുരളിയെ വ്യത്യസ്തനാക്കുന്നത്. മുരളി ഒന്നും മറന്നില്ല. ഭൗതികസമ്പത്തും ഖ്യാതിയും നേടിയ ഒരാൾക്ക് എളുപ്പത്തിൽ പുറന്തള്ളാവുന്ന കയ്പും ചവർപ്പുമുള്ള മുൻകാലത്തിന്റെ എത്രയോ ചെറിയ ഓർമ്മകൾ ഒരു കുട്ടിയുടെ കുതൂഹലത്തോടെ മുരളി മനസ്സിൽ കൊണ്ടുനടക്കുകയും ഇടയ്ക്കിടെ അവ പുറത്തെടുത്ത് തേച്ചുമിനുക്കി തിരികെ വെയ്ക്കുകയും ചെയ്യുമായിരുന്നു. മറ്റാരെങ്കിലുമായിരുന്നെങ്കിൽ പുളിമൂട് ജംഗ്ഷനിൽ ഒരാൾക്കൂട്ടത്തിനിടയിലായി നിന്ന് ആദ്യമായി ടെലിവിഷൻ കണ്ട സന്ധ്യ എന്നേ മറന്നേനെ!

ഹൃദയത്തോട് ചേർന്ന്

ഓർമ്മയിൽ തങ്ങിനിൽക്കുന്ന ഒരു മാസമാണ് 1982 ലെ ജനുവരി. കൊൽക്കത്തയിൽ ഫിലിമോത്സവ് എന്ന പേരിൽ ഇന്ത്യൻ അന്താരാഷ്ട്ര ചലച്ചിത്രമേള ആയിരുന്നു ജനുവരി മൂന്ന് മുതൽ പതിനേഴ് വരെ. സിനിമ ചൂടേറ്റിയ തണുപ്പുകാല ദിനങ്ങൾ.

സത്യജിത്ത്റേയും മൃണാൾസെന്നും മാധവി മുഖർജിയും ഉൽപ്പ ൽദത്തും സൗമിത്ര ചാറ്റർജിയും അപർണസെന്നുമൊക്കെ തിയേറ്ററുക ളിൽ എന്നുമെത്തും. എങ്ങും വലിയൊരു ഉത്സവത്തിന്റെ തിരക്ക്. അതി നിടയിലാണ് പത്മരാജനെ കണ്ടുമുട്ടുന്നത്.

മുമ്പ് നേരിട്ട് കണ്ടിട്ടില്ലെന്നേ ഉള്ളു. ആകാശവാണിയുടെ തിരുവന ന്തപുരം നിലയത്തിൽ നിന്നുള്ള വാർത്താപാരായണം കേട്ടുകേട്ട് ശബ്ദം അതിപരിചിതം. അതു കേൾക്കാൻ മോഹിച്ചാണ് വാർത്തകളുടെ നേരത്ത് റേഡിയോ ഓൺ ചെയ്തിരുന്നത്. അക്കാലത്തെ ഏറ്റവും ഇമ്പ മുള്ള ശബ്ദം അതായിരുന്നു. പേര് പറയേണ്ടതില്ല. അനൗൺസ്മെന്റ് തുടങ്ങുമ്പോഴേ അറിയാം പത്മരാജനാണെന്ന്.

വാർത്ത വായിക്കുന്ന പലരുമുണ്ടെങ്കിലും അവരുടെ കൂട്ടത്തിൽ ഒരു കഥപറച്ചിലുകാരൻ മാത്രമേ ഉണ്ടായിരുന്നുള്ളു എന്നതാണ് പത്മരാജനെ വ്യത്യസ്തനാക്കിയത്. 60 കളുടെ രണ്ടാംപകുതി 'മൂവന്തി' എന്നൊരു കഥ വായിച്ച് ഞാൻ കിടിലം കൊണ്ടുപോയി. അതിന്റെ ഒടുവിലായ പ്പോഴേയ്ക്കും ചുറ്റും ചോരയുടെ മണമായി.

വല്ലാത്തൊരു ദുരൂഹതയുടെ ഹിംസാത്മകതയുമുള്ള 'മൂവന്തി' പ്രസി ദ്ധീകരിച്ചുവന്നത് എന്റെ ഓർമ്മയനുസരിച്ച് എറണാകുളത്തുനിന്നുള്ള 'നർമ്മദ' എന്ന് ഹാസ്യമാസികയുടെ ഒരു വിശേഷാൽ പതിപ്പിലായിരു ന്നു. കഥയിൽ ഒട്ടും ഹാസ്യമില്ലതന്നെ. ഉണ്ടായിരുന്നത് അന്ധയായ ഒരു പെൺകുട്ടി തന്നെ ബലാൽസംഗം ചെയ്തവന്റെ മാംസത്തിൽ പല്ലുക ളാഴ്ത്തുന്ന പരുക്കൻ കാഴ്ചയായിരുന്നു. രുധിരഗന്ധവും.

പിന്നീട് പത്മരാജന്റേതായി പ്രസിദ്ധീകരിച്ചുവന്ന ഓരോ കഥയും ഞാൻ വെമ്പലോടെയാണ് വായിച്ചത്. മാതൃഭൂമി ആഴ്ചപ്പതിപ്പിൽ എഴുതിത്തുടങ്ങിയപ്പോൾ എനിക്ക് വലിയ ആഹ്ലാദമായി. വീട്ടിൽ അന്ന് പതിവായി വാങ്ങിയിരുന്നത് മാതൃഭൂമി ആഴ്ചപ്പതിപ്പായിരുന്നു. 'അപരനും' 'മഴയും', 'കിളി കിഴവി' യും 'സ്വയ'വുമൊക്കെ വന്നത് അതിലാണ്. ഓരോന്നും അത്യധികമായ കൗതുകത്തോടെയാണ് വായിച്ചത്. മറ്റുള്ളവരുടെ കഥകളിൽനിന്ന് പാടെ ഭിന്നമായ എന്തോ അവയിൽ അടങ്ങിയിട്ടുണ്ടെന്ന് തോന്നി. വാക്കുകളുടെ നേർമ്മ. ഒരിക്കലും മുൻകൂട്ടി അറിയാനാകാത്ത പരിണാമം ഒരിത്തിരി ഉന്മാദം.

നട്ടുച്ചയിലെ വെയിലിൽ നാലുപേരുടെ തോളിലായി മലർന്നുകിടന്ന് ഒരു ശവം അകന്നുപോകുന്നത് കണ്ടപ്പോൾ അതിനോട് അസൂയയും ആദരവും തോന്നിയ ഒരു മൂത്തമ്മ പച്ചജീവനോടെ അത്തരമൊരു യാത്ര ആശിക്കുന്ന 'സ്വയം' എന്ന കഥ അതിവിചിത്രമായിരുന്നു. തിരുവനന്തപുരത്തെ പ്രാദേശികഭാഷയിലാണ് അതിലെ ഡയലോഗ് മുഴുവനും. അതിനൊപ്പം മാന്ത്രികതയുള്ള തന്റെ ഭാഷയിൽ പത്മരാജനെഴുതി. 'ഈ മുകളിലൂടെ കടന്നുപോകുന്ന ആകാശം, ഈ മേഘങ്ങളിൽനിന്നുയരുന്ന നിശ്വാസം, ഇവയെല്ലാം എന്നെ വിളിക്കുന്നു. രാത്രിയുടെ കണ്ണുകൾ ചിമ്മിത്തുറക്കുന്നത് എന്നെ വിളിക്കാൻ വേണ്ടിയാണ്. എന്റെ ശരീരത്തുരുമ്മിക്കിടക്കുന്ന കല്യാണക്കോടി എന്നോടു പറയുന്നു, മതി, മതി, പോകൂ. ഭൂമി പിടിച്ചുതള്ളുന്നു, പോകൂ, എന്നെ വിട്ടുപോകൂ, അനന്തവിസ്തൃതമായ ആകാശം അപ്പടി കാണാം. ഇതെന്തൊരാകാശം? ചിന്നിച്ചിതറിത്തൂവിയ മഷിക്കുപ്പികൾ, കറുപ്പ്, മഞ്ഞ, ചുവപ്പ്, നീല, വെള്ള, ആകാശം വിളിക്കുന്നു. വരൂ, എല്ലാം മതിയായില്ലേ? ഇങ്ങുവന്നാൽ പാറുവമ്മയെ ഒരു മഷിത്തുള്ളിയാക്കാം, വരൂ'

പത്മരാജൻ കഥകളിലൊന്നുപോലുമില്ല അല്പമെങ്കിലും ഉന്മാദം പ്രകടിപ്പിക്കാതെ. അതോടൊപ്പം വശ്യമായ സൗന്ദര്യവും അവ ഉൾക്കൊണ്ടിരുന്നു. ഋതുഭേദങ്ങളുടെ പാരിതോഷികമെന്ന പേരുപോലെ. രതിയുടെ രഹസ്യാത്മകത പല കഥകളിലും ത്രസിച്ചുനിന്നിരുന്നു. രതിനിർവ്വേദത്തിൽ മാത്രമല്ല, പലപല കഥകളിൽ, പല പല ഭാവങ്ങളിൽ. രതിയോടൊപ്പം ഹിംസാത്മകതയും ദുരന്തവും കലർന്നുവന്ന് ഇടയ്ക്ക് നടുക്കം പകരുമായിരുന്നു. അമൃതേത്ത്, മാരിമേള തുടങ്ങിയ കഥകൾ അങ്ങനെ നടുക്കം പകർന്നവയാണ്.

ഇനി തിരികെ 82 ജനുവരിയുടെ പകലിലേയ്ക്ക്. പത്മരാജൻ ഫിലിമോത്സവിന് എത്തിയത് 'ഒരിടത്തൊരു ഫയൽവാനു'മായിട്ടാണ്. ആദ്യ

ചിത്രമായ 'പെരുവഴിയമ്പലം' വളരെ വേറിട്ട ഒന്നായിരുന്നു. അതിലെ ഭീരുവായ വിശ്വംഭരനും, വാണിയൻകുഞ്ചുവിന്റെ മകൻ രാമനും തമ്മി ലുള്ള കൂടിക്കാഴ്ച അന്തസ്സാരമുറ്റ ഒരു ചലച്ചിത്രമുഹൂർത്തമായി അന്നേ മനസ്സിൽ കുറിച്ചുവെച്ചിരുന്നു.

ഫിലിമോത്സവിന്റെ പ്രധാനവേദിക്ക് വെളിയിലായിരുന്നു ഞങ്ങൾ കണ്ടുമുട്ടൽ. പേരുപറഞ്ഞപ്പോൾ പത്മരാജന് എന്നെ അറിയാം. കഥ കൾ ശ്രദ്ധിച്ചിട്ടുണ്ട്.

'നമുക്കൊന്നിറങ്ങിയാലോ?' പത്മരാജൻ ചോദിച്ചു.

ടാക്സിയിൽ ചൗരംഗിലെ ഒബ്റോയ് ഗ്രാന്റിലേയ്ക്ക്. അവിടെനിന്ന് മേളയിലെ സംവിധായർക്കുള്ള മുറി. ഞങ്ങൾ അങ്ങോട്ടുകയറി. വെളി യിൽ പകൽ പോയി, സന്ധ്യയായി. പിന്നെ സന്ധ്യ ഇരുണ്ട് രാത്രിയാ യി. സിരകളിൽ റമ്മിന്റെ ചൂട്. ഞങ്ങൾ സംസാരം തുടർന്നു.

പിന്നീട് കാണുന്നത് അടുത്ത വർഷം മുംബൈയിലാണ്. 'കൂടെവിടെ' ആ മേളയിൽ ഉൾപ്പെട്ടിരുന്നു. ഹിന്ദി സിനിമയിലെ വലിയൊരു നിർമ്മാ താവ് മേളയിലെ പ്രതിനിധികൾക്ക് ഒരുക്കിയ ഉദ്യാനവിരുന്നിന്റെ രാത്രി.

വൈദ്യുതവെളിച്ചം മിന്നിപ്പൊലിയുന്ന പച്ചപ്പുകൾക്കിടയിലായിരുന്നു ഞങ്ങൾ. ചുറ്റിലും വീണ്ട് പതഞ്ഞു.

പത്മരാജൻ

അതിനിടയിലെപ്പോഴോ പപ്പേട്ടൻ ദൂരെ ഒരു നിഴലിടത്തേയ്ക്ക് കൈ കാണിച്ചു. തോളിൽ ഒരു തുണി സഞ്ചി തൂക്കിയിട്ട മെലിഞ്ഞൊരു പയ്യൻ അവിടെ നിൽപ്പുണ്ടായിരുന്നു. അവൻ അടുത്തേക്ക് വന്നു. മീശ കിളിർക്കാത്ത ഒരു നാണംകുണുങ്ങി.

'ഇവനെ അറിയുമോ?'പപ്പേട്ടൻ അവന്റെ ചുമലിൽ കൈവെച്ചു.

ഞാൻ സൂക്ഷിച്ചുനോക്കി. അത് 'കൂടെവിടെ' യിലെ സ്കൂൾകുട്ടിയായിരുന്നു- റഹ്മാൻ. അവന്റെ കണ്ണുകളിലെ തിളക്കവും കവിളുകളിലെ ചുവപ്പും ചുണ്ടുകളിലെ നാണം കലർന്ന ചിരിയും ഇപ്പോഴും മനസ്സിൽ മായാതെയുണ്ട്.

ഇംഗമാർ ബർഗ്മാന്റെ ഒടുവിലത്തെ ചിത്രമായ 'ഫാനി ആന്റ് അലക്സാണ്ടർ' ആയിരുന്നു മുംബൈ ഫെസ്റ്റിലെ മുഖ്യ ആകർഷണം. ആ ചിത്രം ഞാൻ കണ്ടത് പപ്പേട്ടന്റെ അടുത്തിരുന്നാണ്. ദീർഘമായ ചിത്രമായിരുന്നു. 'എന്തൊരു ത്രില്ലിംഗ് എക്സ്പീരിയൻസ്' പടം കഴിഞ്ഞപ്പോൾ പപ്പേട്ടൻ പറഞ്ഞു. രാത്രി ഒരുപാടായിരുന്നു. അവസാനത്തെ വണ്ടിയും വിക്ടോറിയ ടെർമിനലിൽ നിന്നു പോയ്ക്കഴിഞ്ഞിരുന്നു.

'വാ, മുറിയിലേക്ക് പോകാം.'

വീണ്ടും കാണുമ്പോഴേയ്ക്കും 'ആയുസ്സിന്റെ പുസ്തകം' പ്രസിദ്ധീകരിച്ചുവന്നിരുന്നു. ഒരു ചിത്രത്തിന്റെ പ്രദർശനത്തിനിടയിൽ കലാഭവനിൽ വച്ചു കണ്ടപ്പോൾ എന്നെ മാറ്റിനിറുത്തി പപ്പേട്ടൻ അതിനെക്കുറിച്ച് മതിപ്പോടെ സംസാരിച്ചു. ആ നോവൽ പപ്പേട്ടനെ വളരെ സ്പർശിച്ചിരുന്നു.

'നന്നായിട്ടുണ്ട്.'

എന്നെ സംബന്ധിച്ചിടത്തോളം അതു വലിയ പ്രശംസയായിരുന്നു. ഞാൻ ഏറെ ആരാധിക്കുന്ന ഒരാൾക്ക് ഞാനെഴുതിയ നോവൽ ഇഷ്ടപ്പെട്ടു എന്നറിഞ്ഞപ്പോൾ എന്റെ ഹൃദയം അതിന്റെ സ്ഥാനത്തുനിന്നൊന്ന് ഇളകിയിരിക്കണം. കാരണം പത്മരാജന്റെ കഥകളുമായി അതിന് ഉറ്റബന്ധമുണ്ടായിരുന്നു.

ഇത്രയേറെ വർഷങ്ങൾക്കുശേഷവും ഏതോ അദൃശ്യമായ ഇഴകൾ ഞങ്ങളെത്തമ്മിൽ ചേർക്കുന്നതായി എനിക്കു തോന്നിയിട്ടുണ്ട്.

എഴുതാനിരിക്കുമ്പോൾ അടുത്ത് ഒരാൾ വായിക്കാനിരിക്കുന്നതുപോലെ....

ഹിസ് ഹൈനസ് ലോഹിതദാസ്

ലോഹിതദാസ് എഴുതിയ ആദ്യത്തെ തിരക്കഥയുടെ അവസാനവാചകം ഇതായിരുന്നു. 'ചിലന്തിവല വെച്ച് സമൂഹം കാത്തിരിക്കുന്നു, അടുത്ത ഇരയെ'.

നിസ്സഹായനായ ഒരാളിലേയ്ക്ക് കൂർത്തൊടുങ്ങുന്ന സാമൂഹിക ഹിംസാത്മകത തീക്ഷ്ണമായി ആവിഷ്ക്കരിച്ച 'തനിയാവർത്തനം' പുറത്തുവന്നത് എൺപത്തിയേഴിലാണ്. പത്തുവർഷം കഴിഞ്ഞ് ഭൂതകണ്ണാടി എന്ന ചിത്രത്തിലൂടെ സംവിധായകനായി മാറിയ ലോഹിതദാസ് ആ രണ്ടുചിത്രങ്ങളിൽ മാത്രമല്ല, താൻ പറഞ്ഞ ഒട്ടേറെ കഥകളിലൂടെ ആവർത്തിച്ചുന്നയിച്ച പ്രമേയം ആർദ്രമായ മനസ്സുള്ള ഒരു വ്യക്തിയോട് സമൂഹം കാട്ടുന്ന കൊടിയ നിഷ്ഠുരതയാണ്.

അതിന്റെ പ്രതികാരം സമൂഹം കഥപറച്ചിലുകാരനോട് വീട്ടിയെന്നത് മറ്റൊരു കഥ.

'തനിയാവർത്തന'ത്തിന്റെ തിരക്കഥ ദൃഢവും പക്വവുമായിട്ടും അവാർഡിന് പരിഗണിക്കപ്പെട്ടില്ല. പക്ഷെ, എൺപത്തിയേഴിൽ മികച്ച കഥാകൃത്തിനുള്ള പുരസ്കാരം ചിത്രത്തിന് ആധാരമായ കഥയ്ക്കായിരുന്നു. ആഴത്തിൽ വേരുറച്ച അന്ധവിശ്വാസവും അജ്ഞതയും ഒപ്പം അതിരറ്റ അക്രമോത്സുകതയും ചേർന്ന് കനംകൊണ്ട ചില മനസ്സുകളുടെ സൂക്ഷ്മമായ അപഗ്രഥനമായിരുന്നു അതിലൂടെ നിർവ്വഹിക്കപ്പെട്ടത്. മാനസികരോഗിയല്ലാത്ത ഒരാളെ ഭ്രാന്തനെന്ന് ചാപ്പ കുത്തുന്ന നിർദ്ദയത്വം അതിലാകെ കാളിമ പടർത്തിനിൽക്കുന്നുണ്ട്. ആ പ്രക്രിയയിൽ ഭാഗഭാക്കാവുകയാണ് തങ്ങളെന്ന് പ്രേക്ഷകർ ഭയന്നേക്കാം. സിനിമയിലൂടെ പകർന്നുകിട്ടുന്ന വ്യാജമായ സുഖാനുഭവം പ്രതീക്ഷിച്ചു ചെല്ലുന്നവരെ തനിയാവർത്തനം തൃപ്തിപ്പെടുത്തില്ലെന്നുറപ്പാണ്. അത്

തികച്ചും യാഥാർത്ഥ്യനിഷ്ഠമായിരുന്നു. വ്യവസ്ഥാപിത സിനിമയുടെ വിപരീതദിശിയിൽനിന്നുള്ളതും.

ചുറ്റിലുമുള്ള ജീവിതത്തെ, കഥകൾ അന്വേഷിക്കുന്ന ഒരാളുടെ കണ്ണുകൾ കൊണ്ടാണ് ലോഹിതദാസ് നിരീക്ഷിച്ചിരുന്നത്. ജീവിതത്തിൽനിന്ന് ഏറ്റവും എളുപ്പത്തിൽ കണ്ടെത്താവുന്നത് കഥകളാണെന്നതായിരുന്നു വിശ്വാസപ്രമാണങ്ങളിലൊന്ന്. കഥയുടെ ചെറുപൊടികൾ എപ്പോഴും വന്നുവീഴാനായി മലർക്കെ തുറന്നിട്ട മനസ്സുമായാണ് നാട്ടിടവഴികളിലൂടെയും വയൽവരമ്പുകളിലൂടെയും, നെടുമ്പാതയുടെ ഓരങ്ങളിലൂടെയുമൊക്കെ നടന്നത്. മനസ്സിലേയ്ക്ക് ഒരു ദൃശ്യമായോ നുറുങ്ങ് വർത്തമാനമായോ സവിശേഷമായ പെരുമാറ്റരീതിയായോ വന്നുവീഴുന്ന ചെറുപൊടികളെ ഊതിയൂതി വലിയ തീജ്വാലയാക്കുകയെന്ന കലയിൽ സദാ വ്യാപൃതനായിരുന്നതുകൊണ്ട് കഥകൾക്ക് ഒരു പഞ്ഞവും അനുഭവപ്പെട്ടിരുന്നില്ല. തൊട്ടടുത്ത ഒരുദിവസം ചിത്രീകരണം തുടങ്ങാനുദ്ദേശിച്ച ചിത്രത്തിന്റെ കഥയ്ക്ക് മറ്റേതോ സിനിമയുമായി സാദൃശ്യമുണ്ടെന്ന് ആരോ പറഞ്ഞതുകേട്ട് തെല്ലും പരിഭ്രമിക്കാതെ ലൊക്കേഷനിലിരുന്ന് ഭരതം പോലൊരു തിരക്കഥയൊരുക്കാൻ വേറെയാർക്കു കഴിയും; ലോഹിതദാസിനല്ലാതെ.

ഞങ്ങൾ ഒരിക്കൽ ലക്കിടിയിലെ അമരാവതിയെന്ന വീടിന്റെ ഉമ്മറത്തിരിക്കെ ഭാഗ്യാന്വേഷിയായ ഒരു ചെറുപ്പക്കാരൻ വിനയാന്വിതനായി കടന്നുവന്നു. ലോഹിതദാസ് സ്വതസിദ്ധമായ ആതിഥ്യമര്യാദ കാട്ടി. ചെറുപ്പക്കാരൻ വന്നത് സിനിമയ്ക്ക് യോജിച്ച ചുമടും കൊണ്ടായിരുന്നു.

'മമ്മൂട്ടിയെയും മോഹൻലാലിനെയും ദിലീപിനെയും വെച്ച് ചെയ്യാൻ പറ്റിയ ഒന്നാന്തരം കഥകളുണ്ട്. ഞാൻ പറയാം.' ചെറുപ്പക്കാരൻ അറിയിച്ചു.

'വേണ്ട, എനിക്കു കേൾക്കേണ്ട.'

ആതിഥേയൻ ആവുന്നത്ര സൗമ്യമായി പറഞ്ഞു.

ചെറുപ്പക്കാരൻ കഥകൾ കേൾപ്പിക്കാനുള്ള ശ്രമം അതോടെ ഉപേക്ഷിക്കാൻ തയ്യാറായിരുന്നില്ല.

ഒടുവിൽ സഹികെട്ട് ആതിഥേയൻ പറഞ്ഞു: 'സുഹൃത്തേ എനിക്കിവിടെ എത്ര കഥകൾ വേണമെങ്കിലും ഉണ്ട്. വേറൊരാൾ ഉണ്ടാക്കിയ കഥകളുടെ ഒരാവശ്യവും ഇപ്പോഴില്ല. പ്ലീസ് എന്നെ ശല്യപ്പെടുത്തരുത്.'

കൊല്ലക്കുടിയിൽ തൂശി വിൽക്കുക്കയന്ന പഴമൊഴി എന്റെ മുന്നിൽ അന്വർത്ഥമാവുകയായിരുന്നു. ചെറുപ്പക്കാരന് ഒരവസരം തേടിയുള്ള വ്യഗ്രതയിൽ സ്വപക്ഷം ന്യായീകരിക്കാൻ കഴിഞ്ഞേക്കും. തൽക്കാലത്തേക്കെങ്കിലും അവന് നീരസം തോന്നിയിരിക്കാം. എന്നാൽ ലോഹിത

ദാസിന്റെ നിലപാട് സുനിശ്ചിതവും ന്യായയുക്തവുമായിരുന്നു. ഏതെങ്കിലുമൊരു കഥാപാത്രത്തിന്റെ പശ്ചാത്തലത്തെയോ ഒരു കഥയിലെ ജീവിതഘടനയെയോ സംബന്ധിച്ചുള്ള ഒടുവിലത്തെ വിശദാംശങ്ങൾ വരെ ചോദിച്ചറിയുമായിരുന്നെങ്കിലും തനിക്ക് തിരക്കഥ തീർക്കാൻ അവലംബിക്കാവുന്ന ഒരു കഥയുണ്ടോ എന്ന് ഒരാളോടുപോലും അന്വേഷിച്ചതായി അറിവില്ല.

ഷൊർണ്ണൂരിലെ പി.ഡബ്ല്യു.ഡി റെസ്റ്റ്ഹൗസിൽവെച്ചുണ്ടായ കൗതുകകരമായ ഒരനുഭവം ഓർമ്മയിലുണ്ട്. മലയാളത്തിലെ യുവനിരയിൽപ്പെട്ട ഒരു സൂപ്പർഹിറ്റ് സംവിധായകന്റെ പുതിയ ചിത്രത്തിന്റെ പേര് അനൗൺസ് ചെയ്തുവന്നതാണ് സന്ദർഭം. വെറും പേര് മുൻനിർത്തി ലോഹിതദാസ് ഒറ്റയിരുപ്പിൽ ആദിമധ്യാന്തപ്പൊരുത്തത്തിലുള്ള ഒരു കഥ ചമച്ച് പറഞ്ഞുകേൾപ്പിച്ചു. ഇതായിരിക്കും കഥയെന്ന് സങ്കല്പിച്ച് പറയുകയായിരുന്നു. ഒരു കുസൃതി. പിന്നീട് ചിത്രം പുറത്തുവന്നപ്പോൾ എന്തതിശയം. ഏറെക്കുറെ അതേ കഥ തന്നെ.

ഗ്രാമസ്വച്ഛത തെളിഞ്ഞുകാണാവുന്ന ഷൊർണ്ണൂർ, സിനിമയിൽ പ്രവർത്തിക്കുന്ന പലർക്കും ഇഷ്ടപ്പെട്ട സ്ഥലമാണ്. എന്നാൽ ലോഹിതദാസിന് ഷൊർണ്ണൂരിനോടുള്ള വൈകാരികത അതിതീവ്രവും സമാനതകളില്ലാത്തതുമായിരുന്നു. റെസ്റ്റ് ഹൗസിലെ ഒരു മുറിയല്ല എഴുത്തുകാരനെ പ്രചോദിപ്പിച്ചിരുന്നത്. നാലുപാടും നിറഞ്ഞ സ്നേഹാർദ്രമായ ജീവിതക്കാഴ്ചകളാണ്. സുരക്ഷിതമായ അകലം പാലിച്ച് നിഷ്ക്രിയനായൊരു കാണിയായി നിൽക്കാതെ അവയിലേയ്ക്ക് ആണ്ടിറങ്ങുകയെന്നതായിരുന്നു ലോഹിതദാസിന്റെ രീതി. എവിടെയും ഉണ്ടാകാം. തിറയും പൂതനുമായി പോകുന്നവർക്കൊപ്പം. ആനപാപ്പാന്മാർക്കും നാടൻ പാചകവിദഗ്ദ്ധർക്കുമൊപ്പം, ചെത്തുകാർക്കും ഗ്രാമീണ മദ്യപർക്കുമൊപ്പം, ദോശയും മുളകുചമ്മന്തിയും വിറ്റുകഴിയുന്ന സാധാരണ ചായക്കടക്കാർക്കൊപ്പം. വിയർപ്പിന്റെ കടുംഗന്ധമുള്ള കീഴാളർക്കൊപ്പം. മാന്യതയെയോ പ്രൗഢിയെയോ സംബന്ധിച്ച മിഥ്യാസങ്കല്പങ്ങൾ തീണ്ടാതെ ആകാശംപോലൊരു തുറസ്സായിരുന്നു ലോഹിതദാസിന്റെ മനസ്സ്. മണ്ണിന്റെ ചൂടും ചൂരും ഈർപ്പവും മനുഷ്യരുടെ സങ്കടങ്ങളും അതേ അളവിൽ ഉൾക്കൊള്ളാൻ അതിന് സാധിച്ചു.

മാനവികതയിൽ അധിഷ്ഠിതമായ ഒരു മൂല്യസങ്കല്പമാണ് ലോഹിതദാസ് തന്റെ ചിത്രങ്ങളിലൂടെ പ്രക്ഷേപിച്ചത്. അതിനു നിരക്കാത്ത എല്ലാറ്റിനോടും നിശിതമായ വിമർശനാത്മക നിലപാട് പുലർത്തിപ്പോന്നു. വിശ്വസിനിമയിലെ മാനുഷികരേഖകളെന്ന് വിളിക്കപ്പെട്ട ചിത്രങ്ങ

ളെയല്ല, തന്റെ ജീവിതാവബോധത്തേയാണ് ഈ എഴുത്തുകാരൻ ആശ്രയിച്ചത്. ആ അവബോധം രൂപപ്പെട്ടത് തിക്തവും മധുരവുമായ അനവധി അനുഭവങ്ങളിൽനിന്നാണ്. അതിന്റെ സാക്ഷ്യപത്രങ്ങളത്രേ ചിത്രങ്ങളോരോന്നും. അവയിൽ ജീവിതത്തിന്റെ സത്യങ്ങൾ സ്പന്ദിക്കുന്നു. അതിന്റെ മികച്ച ദൃഷ്ടാന്തമായി 'ഭൂതക്കണ്ണാടി' നമ്മുടെ മുന്നിലുണ്ട്. ശുദ്ധമനസ്കനായ വാച്ച് റിപ്പയറർ വിദ്യാധരൻ ഭുജബലമുള്ള ഒരു വീരനായകനല്ല, സമകാലീന സമൂഹത്തിൽ അനുദിനം നടമാടുന്ന പാതകങ്ങളിൽ അയാൾക്ക് ആശങ്കയും ഭീതിയുമുണ്ട്. ചെറിയ പെൺകുട്ടികളെ ഇറച്ചിത്തുണ്ടുപോലെ കടിച്ചുകീറുന്ന നൃശംസതയോട് പ്രതികരിക്കാതിരിക്കാൻ അയാൾക്ക് കഴിയുന്നില്ല. ജീവിതം അയാളുടെ മുമ്പാകെ വെക്കുന്നത് ഇരുണ്ട ഭയാശങ്കകൾ മാത്രമാണ്. ശുഭസൂചനകൾ എങ്ങുമില്ല. ആന്തരിക സംഘർഷമേറി, മനസ്സിന്റ സമനില തെറ്റി യാഥാർത്ഥ്യത്തെയും മിഥ്യയെയും വേർതിരിച്ചറിയാനാകാത്ത സന്ദിഗ്ദ്ധതയിൽ അയാൾ അകപ്പെടുന്നു. ഐലെൻസിലൂടെ തന്റെ മാത്രം കാഴ്ചയായി അയാൾ കാണുന്നതൊന്നും കേവലസങ്കല്പമാകാൻ ഇടയില്ലാത്തതും പുതിയ കാലത്തിന്റെ പരുഷത വെളിവാക്കുന്നതുമായ വാസ്തവങ്ങളാണെന്ന് പ്രേക്ഷകരെ ബോധ്യപ്പെടുത്താൻ പോന്ന വിധത്തിൽ കഠിനയാഥാർത്ഥ്യങ്ങൾ തന്നെയാണ് ചിത്രത്തിലുടനീളം അവതീർണ്ണമാകുന്നത്.

'ഭൂതക്കണ്ണാടി' യിൽ ഒരു ദൃശ്യമുണ്ട്. ഇടവഴിയിലെ കാറ്റിലൂടെ അപ്പൂപ്പൻതാടികൾ പറന്നുവരുന്നു. ഒരു കുട്ടിയുടെ കൗതുകത്തോടെ വിദ്യാധാരൻ അപ്പൂപ്പൻതാടികളെ പിടിച്ചെടുക്കാൻ ശ്രമിക്കുന്നു.

കാറ്റിൽ പറക്കുകയും വേലിപ്പൊന്തയിൽ ചെന്ന് പറ്റിനിൽക്കുകയും വീണ്ടും പറന്നുനീങ്ങുകയും ചെയ്യുന്ന അപ്പൂപ്പൻതാടിയായി ലോഹിതദാസ് എപ്പോഴോ സ്വയം വിശേഷിപ്പിക്കുകയുണ്ടായി. അകലൂരിലെ വീടിനെ ചൂഴ്ന്നുനിൽക്കുന്ന പച്ചപ്പുകൾക്കിടയിലൂടെ പഴയ പടിപ്പുര കടന്ന്, ഇല്ലിമുളകൾ അതിരിട്ട ഇടവഴികൾ താണ്ടി ലോഹിതദാസ് പുറംലോകത്തെത്തിയിരുന്നത് ഒരപ്പൂപ്പൻതാടിയെന്നോണമാണ്. ഭാവരഹിതവും ഹൃദ്യവുമായ യാത്രകൾ.

സമയനിഷ്ഠ പാലിച്ചെന്നുവരില്ല. പലപ്പോഴും ഒരിടത്ത് എത്തിച്ചേരാൻ വൈകിയേക്കും. മറ്റൊന്നുമല്ല, എതോ വേലിപ്പൊന്തിയിൽ കുടുങ്ങിയതുനിമിത്തമാവും. സൗഹൃദത്തിന്റെ വേലിപ്പൊന്തകൾ വഴിയിലെങ്ങും സമൃദ്ധവുമായിരുന്നുതാനും.

സമയത്തിന്റെ കാര്യം ഇടയ്ക്ക് ഓർമ്മിപ്പിച്ചെന്നിരിക്കട്ടെ.

ലോഹി പറയും: 'ഇല്ല, ധൃതിയില്ല.'

തീവണ്ടി കയറാനായി ടാക്സിയിൽ റെയിൽവേസ്റ്റേഷനിലെത്തുന്നു. വൈകി വരുന്ന യാത്രക്കാരെ പ്രതീക്ഷിക്കാതെ വണ്ടി അതിന്റെ നേരത്തിന് പോയ്ക്കഴിഞ്ഞു.

നീണ്ട മുടി തടവിയോ താടിയുഴിഞ്ഞോ ലോഹി ലാഘവത്തോടെ ചിരിക്കുന്നു.

'സാരല്യ, നമുക്ക് അടുത്ത സ്റ്റേഷനിലേക്ക് പോകാം.'

ടാക്സി ഓടിക്കിതച്ച് അടുത്ത സ്റ്റേഷനിലെത്തുമ്പോൾ തീവണ്ടി അവിടം വിട്ടിരിക്കുന്നു. ലോഹിയുടെ ചുണ്ടുകളിൽ പിന്നെയും ചിരി. മാനസിക പിരിമുറുക്കമില്ല, ലേശംപോലും. കാറ്റിൽ അപ്പൂപ്പൻതാടി വീണ്ടും പറന്നുപൊങ്ങുന്നു.

തിരക്കഥാകൃത്തെന്ന നിലയിൽനിന്ന് സംവിധായകന്റെ റോളിലേക്കുള്ള ലോഹിതദാസിന്റെ മാറ്റം മേഖലയിൽ പലരും അസഹിഷ്ണുതയോടെയാണ് നോക്കിക്കണ്ടതെന്നത് സിനിമയുടെ ചരിത്രത്തിലെ ഒരു സത്യമാണ്. അതുല്യനായ എഴുത്തുകാരനായി അംഗീകരിക്കുന്നവർതന്നെയും സംവിധായകനെന്നനിലയിൽ ലോഹിതദാസിനെ നിസ്സങ്കോചം വിലയിടിച്ചുകാട്ടിയിട്ടുണ്ട്. പലപ്പോഴും എഴുത്തുകാരനും സംവിധായകനുമായാണ് തുടങ്ങുന്നതെങ്കിൽ അതു നന്ന്. പക്ഷേ എഴുത്തുകാരനായി

ലോഹിതദാസ്

തുടക്കം കുറിച്ച് പിന്നീടുമാത്രം സംവിധാനത്തിന് തുനിയുകയാണെന്നുവരുകിൽ അതൊരു വിഷമം പിടിച്ച കാര്യം. രണ്ടിനും രണ്ടുവിധത്തിലുള്ള നൈപുണ്യം വേണ്ടതുണ്ട് എന്നിങ്ങനെ പോകുന്നു അവരുടെ വാദമുഖങ്ങൾ. സംവിധായകനായത് ലോഹിതദാസിലെ എഴുത്തുകാരനെ പ്രതികൂലമായി ബാധിച്ചുവെന്നും അവർക്കഭിപ്രായമുണ്ട്. പഴയ ചില സഹപ്രവർത്തകരുടെ ഈ ആക്ഷേപങ്ങളിൽ തിരക്കഥാകൃത്തെന്ന നിലയ്ക്കുള്ള ലോഹിതദാസിന്റെ ക്രിയാത്മക സഹകരണം തുടർന്നും ലഭിക്കാതിരുന്നതിന്റെ ഇച്ഛാഭംഗമാണ് സ്ഫുരിക്കുന്നത്. ഓരോ സീനും ഉള്ളുരുകി എഴുതി ലോഹിതദാസ് നൽകിയ തിരക്കഥകളുടെ പിൻബലത്തിൽ വൻവിജയം കൊയ്തവർക്ക് പിന്നീടെന്തുകൊണ്ട് സ്വന്തം നിലയിൽ അതാവർത്തിക്കാൻ കഴിഞ്ഞില്ലെന്ന ചോദ്യത്തിന് അവരിൽനിന്ന് തൃപ്തികരമായ മറുപടി ലഭിച്ചേക്കില്ല. ലോഹിതദാസാകട്ടെ, സംവിധായകനെന്ന നിലയിൽ അവർക്കൊപ്പമോ അതിലുമേറെ ഉയരത്തിലോ നിൽക്കാനുള്ള യോഗ്യത പല ചിത്രങ്ങളിലൂടെ തെളിയിക്കുകയും ചെയ്തിട്ടുണ്ട്. മുഖ്യധാരാസിനിമയുടെ ശ്രേണിയിൽപ്പെട്ടവയാണ് ചില ചിത്രങ്ങളെന്ന് കുറ്റപ്പെടുത്തലിനും സംഗത്യമില്ല. മികച്ച നവാഗത സംവിധായകനുള്ള ദേശീയബഹുമതി നേടിയ 'ഭൂതക്കണ്ണാടി' യുടെ സങ്കീർണ്ണഘടനയോ പ്രമേയ തീക്ഷ്ണതയോ 'ജോക്കർ' പോലുള്ള ചിത്രത്തിൽ നാം കണ്ടെന്നുവരില്ല. പക്ഷേ അതിലും ജീവിതഗന്ധിയായ ഒരു കഥയുണ്ടായിരുന്നു. ഹൃദയസ്പർശിയായ മുഹൂർത്തങ്ങളുണ്ടായിരുന്നു. പ്രേക്ഷകരുടെ മനസ്സിൽ ഇടം നേടുന്ന കഥാപാത്രങ്ങളുണ്ടായിരുന്നു. ചിത്രം പ്രദർശനവിജയം ആഗ്രഹിക്കാത്ത ഏതു സംവിധായകനുണ്ട്? ചില ചിത്രങ്ങൾ പരാജയപ്പെട്ടിരിക്കാം. ഇവിടെ പരാജയപ്പെടാത്ത എത്ര സംവിധായകരുണ്ട്?

നമുക്ക് അറിയാവുന്നതുപോലെ സംവിധായകരാരും ഛായാഗ്രാഹകനോട് ക്യാമറ പ്രവർത്തിപ്പിക്കാൻ നിർദ്ദേശിച്ചുകൊണ്ട് ഗർഭപാത്രത്തിൽനിന്ന് ഇറങ്ങിവന്നവരല്ല. സംവിധാനകല അതിൽ താൽപര്യമുള്ളവർക്ക് നോക്കിയും കണ്ടും ഗ്രഹിക്കാവുന്നതേയുള്ളൂ. ഒറ്റരാത്രി കഴിഞ്ഞ് നേരം വെളുത്തപ്പോഴല്ല, നിരവധി ചിത്രങ്ങളുടെ അണിയറയിൽ പ്രവർത്തിച്ചതിൽ പിന്നീടാണ് ലോഹിതദാസ് സംവിധായകനാകാൻ നിശ്ചയിച്ചത്. അത് ഖേദിക്കേണ്ട തീരുമാനമായിരുന്നില്ല. സംവിധായകപദവി ലോഹിതദാസ് ശരിക്കും ആസ്വദിച്ചിരുന്നുവെന്നുതന്നെയല്ല, ഒന്നിനു പിറകെ മറ്റൊന്നായി നിറവേറ്റേണ്ട പല പദ്ധതികൾ ഉള്ളിൽ കൊണ്ടുനടക്കുകയും ചെയ്തിരുന്നു. സാമാന്യേന നല്ല കഥകളും തിര

ക്കഥകളുമില്ലെന്ന പരിമിതി അലട്ടിയിരുന്നവർക്ക് അസൂയ തോന്നാം. അതങ്ങനെയല്ലെന്ന് ഭാവിച്ച് തലങ്ങും വിലങ്ങും വിമർശിക്കാം. കുറ്റപ്പെടുത്തുകയും നിന്ദിക്കുകയും ചെയ്യാം. പിറകിൽനിന്ന് പരിഹസിക്കാം. അതത്രയും ഉണ്ടായി. പക്ഷേ, ലക്ഷ്യവേധിയായില്ല.

ഒരുതവണ ഞങ്ങൾ ഷൊർണ്ണൂരിലെ ഒരു തിയേറ്ററിൽ രാത്രിയിലെ പ്രദർശനത്തിന് ചെന്നു. ഇംഗ്ലീഷിൽ നീണ്ടൊരു പേരുള്ള അറുവഷളൻ മലയാളചിത്രമായിരുന്നു. കാഴ്ചക്കാരായി അധികം പേരില്ല. പ്രദർശനത്തിനിടയിൽ ചിലർ കൂവിവിളിച്ച് നീരസം രേഖപ്പെടുത്തി ഇറങ്ങിപ്പോയി. ഇടവേളയായപ്പോൾ ആകെക്കൂടി ഉണ്ടായിരുന്ന ഒരു കുടുംബവും രക്ഷപ്പെട്ടു. പിന്നെ നോക്കുമ്പോൾ വെള്ളിത്തിരയ്ക്ക് മുന്നിൽ ബാൽക്കണിയിലുള്ള ഞങ്ങൾ മാത്രം. ഞങ്ങൾകൂടി പുറത്തിറങ്ങിയാൽ പ്രദർശനം അവസാനിപ്പിച്ച് ജീവനക്കാർക്ക് വീട് പ്രാപിക്കാം. ഞാനത് സൂചിപ്പിച്ചപ്പോൾ ലോഹി പറഞ്ഞു: 'പാടില്ല, മുഴുവനും കാണണം. നമ്മൾ ഇറങ്ങിപ്പോയെന്ന് ഇതിന്റെ സംവിധായകൻ എങ്ങനെയെങ്കിലും അറിഞ്ഞാൽ മോശമല്ലേ' എതിരാളിയുടെ ചിത്രത്തെ പരാജയപ്പെടുത്താൻ തിയേറ്ററിലേക്ക് കൂലി നൽകി ആളെ വിട്ട് കൂവിക്കുന്നവരുടെ നാടാണ്. ഞങ്ങൾ ഇരിപ്പിടങ്ങളിൽ ഉറച്ചിരുന്ന് ലോകത്തിലെ ഏറ്റവും മഹത്തായ ചിത്രമാണ് കാണുന്നതെന്നപോലെ ആ ചിത്രം കണ്ടുതീർത്തു.

ബോക്സ് ഓഫീസ് വിജയമല്ലാതെ മറ്റ് സദുദ്ദേശ്യങ്ങളൊന്നുമില്ലാത്ത ക്ഷുദ്രചിത്രങ്ങളുടെ തിരക്കഥകൾപോലും പുസ്തകരൂപം നേടുന്ന കാലത്ത് കിരീടവും അമരവും ആധാരവും വെങ്കലവും ദശരഥവും പോലെ മലയാളത്തിലെ ഉൾക്കനമാർന്ന നിരവധി കഥകൾ രചിച്ച ലോഹിതദാസ് ആകെക്കൂടി പ്രസിദ്ധീകരിച്ചത് തനിയാവർത്തനവും, ഭൂതക്കണ്ണാടിയും ചേർന്ന ഒരേയൊരു കൃതിയാണ്. അതിന്റെ പ്രകാശനം നിർവ്വഹിച്ചത് ഞാനായിരുന്നു. തൃശ്ശൂരിൽവെച്ച് പ്രകാശനത്തിന് മുൻനിരതാരങ്ങളോ താരപരിവേഷമുള്ളവരോ വേണ്ടെന്നും ഞാൻ മതിയെന്നുമുള്ള ലോഹിതദാസിന്റെ തീരുമാനം ഗാഢമായ ഹൃദയബന്ധത്തിന്റെ സൂചകമായി ഓർമ്മയിൽ അവശേഷിക്കുന്നു. അത്തരം ബന്ധങ്ങൾ സ്ഥാപിക്കാനും അവ ദൃഢതരമാക്കാനുമുള്ള ശേഷിയും സന്മനസ്സും ഏവർക്കും ഉള്ളതല്ലല്ലോ. വിവാഹമണ്ഡപത്തിലിരിക്കുന്ന മകളെ സ്നേഹവാത്സല്യങ്ങളോടെ നോക്കിനിൽക്കുന്ന ഒരച്ഛനെ കണ്ട് ലോഹിതദാസിന്റെ കണ്ണുകൾ നിറഞ്ഞുപോയ ഒരു മുഹൂർത്തമുണ്ട്. അത്രയ്ക്ക് ആർദ്രതയായിരുന്നു ഉള്ളിൽ.

വിവേകശാലികളായ സാധാരണമനുഷ്യരെ ഭ്രാന്തരും കൊലയാളി

കളും ജയിൽപ്പുള്ളികളും മദ്യപരും വേശ്യകളും കൂട്ടിക്കൊടുപ്പുകാരും റൗഡികളുമൊക്കെയായി മാറ്റിത്തീർക്കുന്ന സമൂഹം ഒരു ഘട്ടത്തിൽ അതിന്റെ ഇരയായി തെരഞ്ഞെടുത്തത് കാരുണ്യവും വാത്സല്യവും സമസൃഷ്ടിസ്നേഹവും നിസ്തന്ദ്രവുമായി ലോകത്തെ അറിയിച്ചുകൊണ്ടിരുന്ന ഈ എഴുത്തുകാരനെത്തന്നെയാണ്. വൈരനിര്യാതനത്തിന്റെ കറുത്ത നാളുകളിലൊന്നിൽ ഹീനമായ ബ്ലാക്ക്മെയിലിങ്ങിന് വഴങ്ങാത്തതിന്റെ പേരിൽ തന്റെ ഛായാപടം കവർപേജിലടിച്ച് അകംതാളുകളിൽ പലതിലായി അപവാദങ്ങൾ നിരത്തിയ ഒരു പ്രസിദ്ധീകരണമെടുത്തുകാട്ടി ലോഹിതദാസ് ശാന്തമായി പറഞ്ഞതിത്രയുമാണ്.

'ആയില്ലേ? ഇതിൽകൂടുതൽ ഒന്നും ചെയ്യാനില്ലല്ലോ.'

വിശപ്പടക്കാൻ മാർഗ്ഗമില്ലാതെ മുണ്ടുമുറുക്കിയുടുത്ത് കഴിയുമ്പോഴും കളങ്കിതയാവാത്ത ഒരു നാടൻ പെണ്ണിനെ ചൂണ്ടി അശ്ലീലച്ചിരിയോടെ അവൾക്ക് വയറ്റിലുണ്ടെന്ന് വെറുതെ ആരോപിച്ച് രസിക്കുന്ന ഒരു മ്ലേച്ഛ കഥാപാത്രത്തെ ലോഹിതദാസ് മുമ്പ് വരച്ചുകാട്ടിയിട്ടുണ്ട്. അതേ മനോഭാവമുള്ള ചിലരെ പിൽക്കാലത്ത് യാഥാർത്ഥ്യമായി അഭിമുഖീകരിക്കേണ്ടിവന്നു. പ്രതിരോധിക്കാനായി ലോഹിതദാസിനുണ്ടായിരുന്നത് തന്റെ ഹൃദയശുദ്ധി മാത്രം. പിടഞ്ഞുനിശ്ചലമായത് ആ ഹൃദയമാണ്.

പറഞ്ഞുതീരും മുമ്പെ

പോർച്ചുഗീസ് സംവിധായകനായ മാനുവൽ ഡി ഒളീവിറ (Manoel de Oliveira) തന്റെ പുതിയ ചിത്രത്തിന്റെ പണിപ്പുരയിലാണെന്നത് നമ്മെ വിസ്മയിപ്പിക്കുക അദ്ദേഹത്തിന്റെ പ്രായമറിയുമ്പോഴാണ്. പോർട്ടോയിലെ വ്യവസായികളുടേതായ ഒരു സമ്പന്നകുടുംബത്തിൽ ഒളീവിറ ജനിച്ചത് 1908 ഡിസംബർ 11 ന് ഒളിവിറയയ്ക്ക് നൂറ്റിയൊന്ന് വയസ്സ് തികഞ്ഞു. പക്ഷേ സിനിമയിലിപ്പോഴും സജീവമായി തുടരുന്നു.

ഒരു അഭിനേതാവായി സിനിമയിലെത്തിയ ഒളിവിറ തെക്കുപടിഞ്ഞാറൻ യൂറോപ്പിലൂടെ ഒഴുകുന്ന ഡോറുനദിയുടെ ദൈനംദിന യാഥാർത്ഥ്യങ്ങൾ പകർത്തുന്ന Dorou, Faina Fluvel എന്ന ഡോക്യുമെന്ററിയോടെയാണ് സംവിധായകനായി മാറിയത്. സ്പെയിനിൽ നിന്നൊഴുകിയെത്തി വടക്കൻ പോർച്ചുഗലിലൂടെ അറ്റ്ലാന്റിക്കിൽ പതിക്കുന്ന ഡോറു നദിയ്ക്ക് കിട്ടിയ ആദരപൂർവ്വമായ പരിഗണനയായിരുന്നു പ്രസ്തുത ചിത്രം. അതിന്നുമുമ്പ് ഗ്രിഫിത്തിനെയും ആബേൽ ഗാൻസിനെയും കാൾ ഡ്രെയറെയും ഐൻസ്റ്റിനെയും പോലുള്ള രചയിതാക്കളെ ഒളിവിറ സൂക്ഷ്മമായി പഠിച്ചിരുന്നു. സോഷ്യലിസ്റ്റ് റിയലിസവും ജർമ്മൻ എക്സ്പ്രെഷനിസവുമായിരുന്നു അക്കാലത്ത് ലോകസിനിമയിലെ മുഖ്യധാരകൾ. അവ രണ്ടും ഒളിവിറയെ ഗാഢമായി സ്വാധീനിക്കുകയുണ്ടായി.

ഡോറു നദിയെക്കുറിച്ചുള്ള കാവ്യാത്മകത മുറ്റിയ ആവിഷ്ക്കാരം 1931 ലാണ് പ്രേക്ഷകർക്ക് ലഭിച്ചത്. അതൊരു ദീർഘചരിത്രത്തിന്റെ തുടക്കമായിരുന്നു. ഒന്നിനുപിറകെ മറ്റൊന്നായി അനേകം ചിത്രങ്ങൾക്ക് ഒളിവിറ രൂപം നൽകി. കാനും വെനീസുമുൾപ്പെടെയുള്ള പ്രമുഖ മേളകളിൽ അവയിൽ പലതും പ്രശംസ നേടി. എട്ടു പതിറ്റാണ്ടിനുശേഷവും ഒളിവിറ കർമ്മനിരതനാണ്. പ്രതിഭയ്ക്ക് തെല്ലും മങ്ങലേൽക്കാതെ.

ഡോക്യുമെന്ററിയുടെയും ഫിക്ഷന്റെയും രീതികൾ സമർത്ഥമായി സംയോജിപ്പിച്ചുകൊണ്ടുള്ള ഒളിവിറയുടെ സവിശേഷമായ പ്രതിപാദന ശൈലി ഏറ്റവും സഫലമായ ചിത്രങ്ങളിലൊന്നാണ് എ ടോക്കിംഗ്

പിക്ചർ (A Talking Picture). മാനവസംസ്കൃതിയെക്കുറിച്ചുള്ള തീവ്ര ചിന്തയാണ് ഇതിലുടനീളം. ആദ്യഭാഗത്ത് ലിസ്ബൺ നഗരത്തിന്റെ പശ്ചാത്തലത്തിൽ ഒരമ്മയെയും മകളെയും നാം കാണുന്നു. അമ്മ ലിസ്ബണിലെ ഒരു യൂണിവേഴ്സിറ്റിയിൽ ചരിത്രവിഭാഗം പ്രൊഫസ റാണ്. മകൾ ചെറിയ കുട്ടി. അവർ ഒരു കപ്പൽയാത്രയ്ക്ക് ഒരുങ്ങുകയാ ണ്. ലിസ്ബണിൽനിന്ന് മധ്യധരണ്യാഴിയിലൂടെ ഇന്ത്യൻ മഹാസമുദ്ര ത്തിലേയ്ക്ക്. ചരിത്രകൃതികളിലൂടെ ഏറെ പരിചിതമായ ആ യാത്രാ മാർഗ്ഗം നേരിൽ അനുഭവിച്ചറിയുക എന്നത് പ്രൊഫസറുടെ സ്വപ്നമാ യിരുന്നു. ചരിത്രമത്രയും അവരുടെ മനസ്സിലുണ്ട്. കേൾക്കാൻ മകൾ ഉത്സുകയാണ്. അമ്മ മകളോട് സംസാരിച്ചുതുടങ്ങുന്നു.

പേരുപോലെ ഈ ചിത്രം സംഭാഷണപ്രധാനമാണ്. സംഭാഷണമാ കട്ടെ, ഫീച്ചർ ചിത്രങ്ങളിലേതുപോലെ കഥാഗതിയെ നിർണ്ണയിക്കുന്ന തോ, വികാരപരമോ അല്ല. ചിലത് നിർവ്വചനങ്ങളാണ്. ഉദാഹരണത്തി ന്, അമ്മ മിത്ത് എന്ന പദം ഉപയോഗിക്കുമ്പോൾ അതെന്താണെന്ന് പെൺകുട്ടി ആരായുന്നു. മകൾക്ക് മനസ്സിലാകുന്ന വിധത്തിൽ സരള മായി അമ്മ മിത്ത് എന്നാലെന്തെന്ന് നിർവ്വചിക്കുന്നു. ചരിത്രം, മതങ്ങൾ, യുദ്ധങ്ങൾ എന്നിങ്ങനെ ലോകവുമായി ബന്ധപ്പെട്ട പലതും പരാമർശ വിധേയമാകുന്നു. ചരിത്രാവശേഷങ്ങളുടെ സ്ഥലങ്ങളായ പേമാലി,

മാനുവൽ ഡി ഒളീവിറ

ഏതൻസ്, ഇസ്താംബൂൾ, കെയ്റോ എന്നിവ പിന്നിട്ട് അമ്മയ്ക്കും മകൾക്കും എത്തിച്ചേരേണ്ടത് ബോംബെയിലാണ്. പെൺകുട്ടിയുടെ അച്ഛൻ ബോംബെയിൽ പൈലറ്റായി ജോലി നോക്കുന്നു. അവൾ അഭിമാനത്തോടെ അക്കാര്യം കപ്പിത്താനെ പറഞ്ഞുകേൾപ്പിക്കുന്നുണ്ട്.

ജോൺ മാൽക്കോവിച്ച് അവതരിപ്പിക്കുന്ന കപ്പിത്താൻ നരേറ്റീവിൽ മുഖ്യമായൊരു പങ്ക് നിർവ്വഹിക്കുന്നു. കപ്പലിലെ യാത്രക്കാരായ മൂന്നു ശ്രേഷ്ഠ വനിതകൾക്ക് സ്വന്തം നിലയിൽ ആതിഥ്യമരുളിക്കൊണ്ട് ഭാഷയെയും സംസ്കാരത്തെയും പുതിയ ലോകക്രമത്തെയുമൊക്കെ മുൻ നിർത്തി അയാൾ തുടങ്ങിവെയ്ക്കുന്ന ചർച്ച സാരവത്തും സർവ്വതലസ്പർശിയുമത്രെ. അയാളുടെ ആതിഥ്യം സ്വീകരിക്കുന്നവരിൽ ഒരു സ്ത്രീ പ്രശസ്തയായ അഭിനേത്രിയാണ്. ലൂയി ബുനുവലിന്റെ സങ്കീർ ണ്ണരചനകളിൽ ഒന്നായ ബെൽ ദ ഷൂറിലെ നായിക കാതറിൻ ഡെന്യൂവാണ് ഈ റോളിൽ. ദീർഘമെങ്കിലും തെല്ലും മടുപ്പിക്കാത്ത വിനിമയത്തിനൊടുവിൽ കപ്പിത്താൻ അഭ്യർത്ഥിച്ചതുപ്രകാരം കൂട്ടത്തിലുള്ള ഗായിക യാത്രികർക്കായി ഏവരിലും ഗൃഹാതുരത്വമുണർത്താൻ പോന്ന ഹൃദ്യമായ ഒരു ഗാനമാലപിക്കുന്നു. വരാനിരിക്കുന്ന ദുരന്തത്തിന്റെ മുന്നറിയിപ്പ് നാവികരിലൊരാൾ വന്ന് കപ്പിത്താനെ അറിയിക്കുന്നത് അതിനിടയിലാണ്.

ലോകം ഇന്നഭിമുഖീകരിക്കുന്ന ഭീകരതയെന്ന പ്രശ്നമാണ് എ ടോക്കിംഗ് പിക്ചർ സൂക്ഷ്മമായി അപഗ്രഥിക്കുന്നത്. മറ്റുള്ളവരൊക്കെ രക്ഷപ്പെടാൻ തത്രപ്പെടുന്നതിനിടയിൽ, കപ്പിത്താനിൽനിന്ന് തനിക്ക് സമ്മാനമായി കിട്ടിയ പാവയെടുക്കാനായി തിരിച്ചോടിയ പെൺകുട്ടിയും അവളെ പിന്തുടർന്ന മാതാവും മാത്രം അവശേഷിച്ച കപ്പൽ ഭീകരവാദികൾ സ്ഥാപിച്ച ബോംബുപൊട്ടി ഒരു ഉഗ്രസ്ഫോടനത്തിൽ തകരുമ്പോൾ, ഭീകരത അതിന്റെ ലക്ഷ്യം കാണുന്നു. അപ്പോൾ നടുങ്ങുന്നത് കപ്പിത്താൻ മാത്രമല്ല, പ്രേക്ഷകരാകെയുമാണ്. അപഗ്രഥനാത്മകമായ ഡോക്യുമെന്ററി ശൈലിയിൽനിന്ന് സംവിധായകൻ ഫിക്ഷനിലേയ്ക്ക് മാറുന്നത് ഈ ഘട്ടത്തിൽ മാത്രമാണ്. നിസ്സംഗമായ ചരിത്രപരാമർശങ്ങളിലും കാലികജീവിതത്തെ ഇഴ പിരിച്ചുകാട്ടുന്ന സംവാദത്തിലും ഉദാസീനരായേക്കാവുന്ന കാണികൾ പോലും അറിയാതെ ഒന്നു പിടഞ്ഞുപോയേക്കാം. ഒരു അഗ്നിഗോളമായി മാറുന്ന കപ്പലിനെനോക്കി ലൈഫ് ബോട്ടിൽ പകച്ചുനിൽക്കുന്ന കപ്പിത്താന്റെ മുഖം സ്ക്രീനിൽ നിറഞ്ഞുനിൽക്കെ ചിത്രം അവസാനിക്കുന്നുവെങ്കിലും പ്രേക്ഷകമനസ്സുകളിൽ അത് പിന്നെയും ഭയാശങ്കകളുണർത്തിക്കൊണ്ട് തുടരുന്നു.

ഹല്ലേലുയ്യ കോറസ്സും ജാസ് സംഗീതവും

സാൽവദോർ ദാലിയുമായിച്ചേർന്ന് തിരക്കഥ തയ്യാറാക്കി ചിത്രസന്നിവേശവും സംവിധാനവും സ്വയം നിർവ്വഹിച്ച ആൻ ആൻഡലൂഷൻ ഡോഗിലൂടെ (Unchien Andalon 1939) പാരീസിലെ സർറിയലിസ്റ്റ് സമൂഹത്തിന്റെ അംഗീകാരം പിടിച്ചുപറ്റി ലോകസിനിമയിൽ, തന്നെ അടയാളപ്പെടുത്തിയ ലൂയി ബുനുവൽ തുടർന്നിങ്ങോട്ട് അരനൂറ്റാണ്ടിലേറെക്കാലം ജന്മദേശമായ സ്പെയിനിലും മറുനാടുകളിലുമായി തിരക്കഥാകാരനും ആവിഷ്ക്കർത്താവുമെന്ന നിലയിൽ നടത്തിയ പ്രവർത്തനങ്ങളും അവയുടെ ഉപലബ്ധികളും അസദൃശങ്ങളാണ്. പതിനേഴ് മിനുട്ട് മാത്രം നീണ്ട ആദ്യചിത്രത്തിലെ ക്ഷൗരക്കത്തികൊണ്ട് നായികയായ സിമോൺ മാറിയൂലിന്റെ ഇടതുനേത്രഗോളം കീറിമുറിക്കുന്നതുപോലുള്ള (ക്ഷൗരക്കത്തിയേന്തി പ്രത്യക്ഷപ്പെടുന്നത് ബുനുവൽതന്നെയാണ്.) ഭ്രമാത്മക ഇമേജുകൾ ലോകത്തെങ്ങുമുള്ള പ്രേക്ഷകരെ അമ്പരപ്പിക്കുകയുണ്ടായി. നാല്പ്പതിലധികം ചിത്രങ്ങൾ ബുനുവലിന്റേതായുണ്ട്. അസാധാരണമാണ് ഓരോന്നും. അവയിൽ പലതുകൊണ്ടും എന്നെ വളരെ ആകർഷിച്ച ചിത്രമാണ്, വത്തിക്കാനെ പ്രകോപിപ്പിക്കുകയും സ്പെയിനിൽ ഒരു ദശകത്തിലേറെ നിരോധിക്കപ്പെടുകയും ചെയ്ത 'വിറിഡിയാന'. അറുപത്തിയൊന്നിലെ കാൻ ഫെസ്റ്റിവെലിൽ പരമോന്നത ബഹുമതിയായ പാം ദ ഓർ ഈ ചിത്രത്തിന്നായിരുന്നു.

ഒരു കന്യാസ്ത്രീമഠത്തിൽ ക്രിസ്തുവിന്റെ മണവാട്ടിയായിത്തീരുന്ന മുഹൂർത്തം കാത്തുകഴിയുന്ന വിറിഡിയാനയുടെ ജീവിതത്തിലെ അപ്രതിരോധ്യമായ യാദൃച്ഛികതകളാണ് ബുനുവൽ ആഖ്യാനം ചെയ്യുന്നത്. നാട്ടിൻപുറത്തെ എസ്റ്റേറ്റിൽ കഴിയുന്ന അവളുടെ ഏകബന്ധുവായ അമ്മാവൻ ഡോൺ ജെയ്മിൽനിന്ന് മദർ സുപ്പീരിയറിന് കിട്ടിയ കത്തിൽ തനിക്ക് ദേഹാസ്വാസ്ഥ്യം മൂലം ചടങ്ങിൽ സംബന്ധിക്കാനാവില്ലെന്നും

വിറിഡിയാനയെ കാണാൻ അതിയായി ആഗ്രഹിക്കുന്നുവെന്നും അയാൾ അറിയിക്കുന്നു. ഒരുതവണ മാത്രം കണ്ടിട്ടുള്ള അമ്മാവനുമായി വിറിഡിയാനയ്ക്ക് ഹൃദയബന്ധമില്ല. കോൺവെന്റിൽ നിന്ന് പുറത്തുപോകാൻ അവൾക്ക് താല്പര്യവുമില്ല. എന്നാൽ അവളുടെ ചെലവുകളത്രയും വഹിച്ചുപോരുന്ന ഡോൺ ജെയ്മിനെക്കണ്ട് വിട പറയേണ്ടത് ധാർമ്മികമായ ഒരു കാര്യമായി മദർ സുപ്പീരിയർ കരുതുന്നു. കോൺവെന്റിനു വെളിയിലുള്ള ലോകം കാണാൻ ആഗ്രഹിക്കാതിരുന്നിട്ടും മദർ സുപ്പീരിയറിന്റെ കല്പന അനുസരിക്കാൻ വിറിഡിയാന സന്നദ്ധയാകുന്നു.

ഹല്ലേലുയ്യ കോറസ്സിൽനിന്ന് തുടങ്ങുന്ന ചിത്രത്തിന്റെ ശബ്ദപഥത്തിൽ പലപ്പോഴും പള്ളിമണികളുടെ ശബ്ദമുണ്ട്. ദൃശ്യങ്ങളിൽ ക്രൈസ്തവബിംബങ്ങളും. വിറിഡിയാന എസ്റ്റേറ്റ് ബംഗ്ലാവിലെത്തുന്നത് കൊന്തയും കുരിശും മുൾക്കിരീടവും ആണികളും ചുറ്റികയും കൈയിലെടുത്താണ്. കന്യാമറിയത്തിന്റെ പ്രതിരൂപമാണ് വിറിഡിയാനയെന്ന സൂചന പ്രകടമായും ഉണ്ട്. ഒരു പ്രഖ്യാപിത നാസ്തികനായിരുന്നെങ്കിലും യേശുക്രിസ്തുവിനോട് മതിപ്പു പുലർത്തിയിരുന്നില്ലെങ്കിലും ബുനുവലിന് കന്യാമറിയത്തോട് ആദരവുണ്ടായിരുന്നു. മതനിന്ദയും കടുത്ത പരിഹാസവുമടങ്ങിയ 'ദ മിൽക്കി വേ' യിൽപ്പോലും ബുനുവൽ മറിയത്തെ പ്രശംസിക്കുന്നുണ്ട്. അതിനു പക്ഷേ മതവിശ്വാസവുമായി ബന്ധമില്ല. 'Iam an atheist, thank god' എന്ന ബുനുവലിന്റെ പ്രസ്താവം ഏറെ ഉദ്ധരിക്കപ്പെട്ടതാണല്ലോ. ദൈവവിളി കേട്ട് മഠത്തിലെത്തിയ ആദർശശാലിനിയെ പുറംലോകത്തേക്ക് കൊണ്ടുവന്ന് അതിന്റെ യാഥാർത്ഥ്യങ്ങൾ അറിയിച്ച് നടുക്കുകയും അവളുടെ വിശ്വാസങ്ങളുടെ നിരർത്ഥകത സ്ഥാപിക്കുകയുമാണ് ബുനുവൽ വിറിഡിയാനയിൽ. വത്തിക്കാന്റെ അപ്രീതി പ്രതീക്ഷിക്കാവുന്നതു തന്നെ.

വിറിഡിയാന എസ്റ്റേറ്റിൽ ചെന്നിറങ്ങുന്നത് അമ്മാവനായ ഡോൺ ജെയിം (ഫെർണാണ്ടോ റെ) സദ്ഗുണസമ്പന്നനാണെന്ന ധാരണയോടെയാണ്. എസ്റ്റേറ്റ് ബംഗ്ലാവിലെ പരിചാരിക റമോണയുടെ മകൾ റിത്തയെന്ന ചെറിയ പെൺകുട്ടി ചാട്ടക്കയർ വീശി തുള്ളിച്ചാടുന്നത് ലൈംഗിക താല്പര്യത്തോടെ കണ്ടുനിൽക്കുന്ന നിലയിൽ അവതരിപ്പിക്കപ്പെടുന്ന ഡോൺ ജെയിം വിവാഹാഭ്യർത്ഥന നടത്തിക്കൊണ്ടാണ് വിറിഡിയാനയുടെ ധാരണ തിരുത്തുന്നത്. റമോണ മയക്കുമരുന്നു കലർത്തി നൽകിയ കോഫി കഴിച്ച് അബോധാവസ്ഥയിലായ വിറിഡിയാനയെ അയാൾ പ്രാപിച്ചേനെ; അന്തഃകരണം വിലക്കിയില്ലെങ്കിൽ. പിറ്റേന്നു

രാവിലെ അയാൾ അവളോട് പറയുന്നത് ഉറക്കത്തിൽ താനവളെ പ്രാപിച്ചു എന്നാണ്. അതവൾക്ക് താങ്ങാനാവാത്ത ആഘാതമായി തീരുന്നു. അവളെ കൂടെ നിർത്താനായി ഒരു നുണ പറഞ്ഞതാണെന്ന് ഡോൺ ജെയിം ബോധ്യപ്പെടുത്താൻ ശ്രമിക്കുന്നുണ്ടെങ്കിലും അത് ഫലവത്താകുന്നില്ല. അവൾ ബസ് സ്റ്റേഷനിലേക്ക് പുറപ്പെട്ട് അല്പനേരം കഴിയുമ്പോൾ ഡോൺ ജെയിം റീത്തയ്ക്ക് താൻ സമ്മാനിച്ച ചാട്ടക്കയർ ഒരു മരക്കൊമ്പിൽ കെട്ടി ജീവനൊടുക്കുന്നു; അവളുടെ തിരിച്ചവരവ് അനിവാര്യമാക്കിക്കൊണ്ട്. അവൾക്കും വിവാഹേതരബന്ധത്തിൽ പിറന്ന ജോർജ്ജിനുമായി (ഫ്രാൻസിസ്കോ റാബൽ) എസ്റ്റേറ്റ് ഭാഗിച്ചുനൽകിക്കൊണ്ടുള്ള ഒസ്യത്ത് അതിന് മുമ്പ് എഴുതിവെച്ചിരുന്നു.

വർഷങ്ങളായി അവഗണിക്കപ്പെട്ട കൃഷിയിടം ഫ്രാങ്കോയുടെ ഭരണത്തിൻ കീഴിലുള്ള സ്പെയിനിനെ പ്രതീകവൽക്കരിക്കുന്നതായി ചൂണ്ടിക്കാണിക്കപ്പെട്ടിട്ടുണ്ട്. എന്നാൽ ബുനുവൽ അത്തരം വ്യാഖ്യാനങ്ങളൊന്നും ശരിവെച്ചിട്ടില്ല. അവയെ നിരാകരിക്കുകയേ ചെയ്തിട്ടുള്ളു. എന്നിരിക്കിലും പ്രതീകങ്ങളെന്ന് വാചാലമായി ധ്വനിപ്പിക്കുന്ന പലതും ബുനുവൽ ചിത്രങ്ങളിൽ ഇഴകോർക്കാറുണ്ട്. 'വിറിഡിയാന' യിലെ ഓടുന്ന കുതിരവണ്ടിക്കു കീഴെ കെട്ടിയ നായ ഒരുദാഹരണം. വണ്ടിയോടൊപ്പം

ലൂയി ബുനുവൽ

ഓടേണ്ടിവരുന്ന നായയോട് സഹാനുഭൂതി തോന്നി ജോർജ്ജ് അതിനെ വില നൽകി വാങ്ങിക്കുന്നു. ആ നായയുമായി നടക്കുമ്പോൾ അതേ പോലെ ഇനിയൊരു നായ എതിർവശത്തുനിന്ന് വരുന്നു. പക്ഷേ, ജോർജ്ജ് അതിനെ ശ്രദ്ധിക്കുന്നില്ല. താൻ വാങ്ങിയ നായയുമൊത്ത് അയാൾ നീങ്ങുമ്പോൾ ക്യാമറ വണ്ടിക്കു കീഴെയായി ഓടുന്ന നായയെ ഒരിക്കൽക്കൂടി പ്രേക്ഷകർക്ക് കാട്ടിത്തരുന്നു. ആ ദൃശ്യം ധ്വനിസാന്ദ്രമാണ്. ചിത്രാന്ത്യത്തിലെ കത്തുന്ന മുൾക്കിരീടം പോലെ.

ഡോൺ ക്വിക് സോട്ടിന്റെ പ്രതിച്ഛായയിലാണ് ബുനുവൽ, വിറിഡിയാനയെ (സിൽവിയ പിനാൽ) സൃഷ്ടിച്ചതെന്നുവേണം അനുമാനിക്കുക. തനിക്ക് സ്വത്തായി ലഭിച്ച പകുതി എസ്റ്റേറ്റ് അന്ധനും കുഷ്ഠരോഗിയും വൃദ്ധനും ഗർഭിണിയും രണ്ട് കുട്ടികളുടെ അമ്മയുമൊക്കെ അടങ്ങിയ ഒരു യാചകസമൂഹത്തെ പുനരധിവസിപ്പിക്കാനായി അവൾ നീക്കിവെക്കുന്നു. കന്യാസ്ത്രീയാകാൻ പറ്റാത്തതിലുള്ള ഖേദം ക്രിസ്തീയ രീതിയിലുള്ള ജീവകാരുണ്യ പ്രവർത്തനങ്ങളിലൂടെ തീർക്കാമെന്നാണ് അവളുടെ ചിന്ത. യാചകസമൂഹത്തിലെ ആന്തരിക വൈരുദ്ധ്യങ്ങളും സംസ്കാരശൂന്യതയും ഹിംസാത്മകതയും അവളുടെ സരളമനസ്സിന് തിരിച്ചറിയാൻ കഴിയുന്നില്ല. തന്റെ ഔദാര്യം കൈക്കൊണ്ടവരിൽ ഒരാളുടെ ബലാൽസംഗശ്രമത്തിൽനിന്ന് അവളെ രക്ഷപ്പെടുത്തുന്നത് അവൾ പിന്തുടരുന്ന ആദർശപാതയുടെ ബാലിശത്വം മുൻപേ തിരിച്ചറിഞ്ഞിട്ടുള്ള ജോർജ്ജാണ്.

ലിയോനാഡോ ഡാവിഞ്ചിയുടെ 'ഒടുവിലത്തെ അത്താഴം'(The Last Supper) മദ്യപിച്ച് വെളിവുകെട്ട യാചകരെ നിരത്തി പുനരാവിഷ്ക്കരിച്ചുകൊണ്ട് തന്റെ സർറിയലിസ്റ്റ് ഭൂതകാലത്തെ ബുനുവൽ 'വിറിഡിയാന' യിൽ അനുസ്മരിക്കുന്നത് ഏറെ കൗതുകകരമാണ്. പ്രസ്തുത ദൃശ്യം മതവിശ്വാസികളെ ചൊടിപ്പിക്കുമെന്നതിൽ തർക്കമില്ല. എനഡീനയെന്നു പേരായ സ്ത്രീ മാതാപിതാക്കളിൽനിന്ന് സമ്മാനമായി ലഭിച്ച ക്യാമറയിൽ അത് പകർത്തുന്നുണ്ട്. അവൾ ചെയ്യുന്നത് ഇരിപ്പിടങ്ങളിലിരിക്കുന്നവരുടെ നേർക്കുതിരിഞ്ഞ് മുട്ടോളം ഇറക്കമുള്ള പാവാട മുഖത്തേക്ക് ഉയർത്തുകയാണ്. ഫോട്ടോ എടുത്തുകഴിഞ്ഞു. എൻഡീന ചിരിച്ച് ശ്വാസം മുട്ടുന്ന അവസ്ഥയിലെത്തുന്നു, ബുനുവലിന്റെ നിശിതമായ നർമ്മബോധത്തെയും സ്ഥാപനവൽക്കരിക്കപ്പെട്ട മതത്തോടുള്ള വിമർശനാത്മകനിലപാടിനെയും സമ്യക്കായി പ്രതിഫലിപ്പിക്കുന്നതാണ് ഡാവിഞ്ചി ചിത്രത്തിന്റെ ഹാസ്യാനുകരണം. 'വിറിഡിയാന'യെ തീക്ഷ്ണവും ശ്രദ്ധേയവുമാക്കുന്നതിൽ അതൊരു നിർണ്ണായകഘടകവുമാണ്.

ലിയണാഡോ ഡാവിഞ്ചിയുടെ 'ഒടുവിലത്തെ അത്താഴം' മദ്യപിച്ചു വെളി വുകെട്ട യാചകരെ നിരത്തി പുനരാവിഷ്ക്കരിച്ച 'വിറിഡിയാന' എന്ന ചിത്രത്തിൽനിന്ന്,

വിശ്വാസത്തകർച്ചയ്ക്കുശേഷം വേറൊരു വ്യക്തിത്വമായി രൂപാന്തര പ്പെട്ട വിറിഡിയാന ജോർജ്ജും റമോണയുമൊന്നിച്ച് ചീട്ടുകളിക്കുന്ന ഒടു വിലത്തെ സീനിനോടിടകലരുന്നത് ജാസ് സംഗീതമാണ്. മുറിയിൽനിന്ന് ക്യാമറ പിൻവാങ്ങുമ്പോൾ ഒടുവിലത്തെ ഇമേജിനുമേൽ അതിന്റെ താളം ദ്രുതവും ഉന്മത്തവുമാകുന്നു.

മാഡ്രിഡിലെ സെൻസർമാരെ കബളിപ്പിച്ച് ഫിലിം നെഗറ്റീവടങ്ങിയ തകരപ്പെട്ടികൾ ഗോപ്യമായി ഫ്രാൻസിലെത്തിക്കുകയും അവിടെ മറ്റു പണികൾ പൂർത്തിയാക്കുകയും ചെയ്താണ് വിറിഡിയാന കാൻ ഫെസ്റ്റി വെലിൽ പ്രദർശിപ്പിക്കപ്പെട്ടത്. ഡൊമിനിക്കൻ സഭയിലെ ഒരു പുരോഹി തൻ പാഷണ്ഡതയാരോപിച്ച് ചിത്രത്തെ അപലപിച്ചുകൊണ്ട് വത്തിക്കാ നുമായി ബന്ധപ്പെട്ട ഒരു പ്രസിദ്ധീകരണത്തിൽ എഴുതിയതോടെ അതൊരു വിവാദചിത്രമായി. സ്പെയിനിലെ നിരോധന ഉത്തരവ് പിറകെ വന്നു.

വർഷങ്ങൾ ഒരുപാടായി. പക്ഷേ, ഇന്നുകാണുമ്പോഴും വിറിഡിയാന ധീരമാണ്. നൂതനവും. കാലത്തെ അത് അതിവർത്തിക്കുന്നു. ലൂയി ബുനുവലിന്റെ അസാമാന്യമായ പ്രതിഭയെ, ആത്മാവിനെ നമുക്കതിൽ തൊട്ടറിയാം.

www.ingramcontent.com/pod-product-compliance
Lightning Source LLC
LaVergne TN
LVHW060143051026
849517LV00007B/2553
9789393397614